பணம் பத்திரம்!

செல்லமுத்து குப்புசாமி

திருப்பூர் மாவட்டம் தாராபுரத்தில் 1978ம் ஆண்டு பிறந்த செல்லமுத்து குப்புசாமி இளங்கலை பொறியியல் மற்றும் முதுகலை மேலாண்மை ஆகியவற்றில் பட்டம் பெற்றவர். தற்போது மென்பொருள் துறையில் பணிபுரிந்து வருகிறார். தமிழ், ஆங்கிலம் இரு மொழிகளிலும் எழுதி வருகிறார். பொருளாதாரம், அரசியல், சமூகம் ஆகிய தளங்களில் இயங்கிவருகிறார். நாணயம் விகடன், புதிய தலைமுறை, குங்குமம், ஜன்னல் உள்ளிட்ட இதழ்களில் பொருளாதாரம், பர்சனல் ஃபைனன்ஸ் மற்றும் பங்கு முதலீடு குறித்து கட்டுரைகளும் தொடர்களும் எழுதியிருக்கிறார். இவரது 'இழக்காதே' பங்குச்சந்தை குறித்து தமிழில் எழுதப்பட்ட முக்கியமான நூல்களில் ஒன்று.

செல்லமுத்து குப்புசாமியின் பிற நூல்கள், வாரன் பஃபட் – பணக்கடவுள், பணத்தின் கதை, The Science of Stock Market Investment – Practical Guide to Intelligent Investors, Warren Buffett – an Investography. நான்கு நாவல்களும் சில சிறுகதைகளும் பிரசுரமாகியிருக்கின்றன.

பணம் பத்திரம்!

செல்லமுத்து குப்புசாமி

பணம் பத்திரம்!
Panam Bathiram!
Chellamuthu Kuppusamy ©

First Edition: July 2017
112 Pages

ISBN: 978-81-8493-757-2
Kizhakku 1001

Kizhakku Pathippagam
177/103, First Floor,
Ambal's Building, Lloyds Road,
Royapettah, Chennai - 600 014.
Ph: +91-44-4200-9603

Email : support@nhm.in
Website : www.nhm.in

kizhakkupathippagam
kizhakku_nhm

Author's Email : kuppusamy18@gmail.com
Website : tamil.chellamuthu.com
Facebook : chellamuthu.kuppusamy

Kizhakku Pathippagam is an imprint of New Horizon Media Private Limited

Money is an exiciting thing!

உள்ளே ...

அறிமுகம்

புதிய தலைமுறை இதழில் 'பணம் பத்திரம்' என்ற தலைப்பில் வெளியான தொடர் அதே தலைப்பில் புத்தகமாக வெளி வருவதில் மகிழ்ச்சி.

பணத்தை கையாள்வது, அதை எவ்வாறு சேமித்து முதலீடு செய்வது என்பதைப் பற்றியே நாம் அதிகம் சிந்திக்கிறோம். அதைப் பற்றிய குறிப்புகளையும் செய்திகளையும் ஆர்வத்தோடு தேடுகிறோம். இவையெல்லாம் பணத்தைக் கையாள்வதற்கான 'வழிமுறைகள்'. இவை மிக முக்கியமானவை என்பதில் ஐயமில்லை. அதே சமயம், இதைக் காட்டிலும் அதிக முக்கியத் துவத்தைப் பணம் குறித்த 'மனநிலைக்கும்' தரவேண்டியது அவசியம்.

இந்த இரண்டுக்குமான உறவுகளை, இரண்டுக்குமான சமநிலையைச் சரியான விகிதத்தில் கலந்துகொடுக்கிறது இந்தப் புத்தகம். மனநிலையில் மாற்றம் உண்டானால் வழிமுறை தன்னால் கிடைத்துவிடும். மனமிருந்தால் மார்க்கபந்து!

•

நம் நாட்டில் எதைப் பற்றி வேண்டுமானாலும் பேசி விட முடியும். இரண்டு விஷயங்களைத் தவிர. ஒன்று செக்ஸ். இன்னொன்று பணம். இப்போது செக்ஸ் குறித்துக் கூட வெளிப் படையாகப் பேசுகிறார்கள். பொதுவெளியில் விவாதிக்கிறார் கள். ஆனால் பணம் பற்றி? செக்ஸ் கல்வி பரவிய அளவுக்கு நிதி மேலாண்மை பற்றிய கல்வி பரவவில்லை.

பணம் குறித்து யாரும் வெளிப்படையாகப் பேசுவதில்லை, விவாதிப்பதில்லை. மீறி பேசுபவரைப் பணத்தாசை பிடித்தவர் என்று முத்திரை குத்தி விடுகிறோம். நம்மில் யாருக்குத்தான் அப்படியொரு பேர் வாங்க ஆசை? அதற்குப் பயந்துகொண்டே பேசுவதற்குத் தயங்குகிறோம்.

பொதுவாகவே நம் அனைவருக்கும் பணம் பிடிக்கும். ஆனால் பணத்தைப் பற்றிப் பேசுவது பிடிக்காது. அதிலும் குறிப்பாக பணம் தொடர்பான உண்மைகளைப் பேசுவது பிடிக்காது. அது பல நேரங்களில் அலுப்பூட்டக்கூடிய விஷயமாக ஆகிவிடுகிறது. ஆயினும் பணம் குறித்தான உரையாடல்கள், ஆழமான விவாதங்கள் குடும்பங்களில் நிகழவேண்டும்.

Money is an exiciting thing!

•

பங்குச்சந்தை குறித்த ஆழமான புத்தகமாக 'இழக்காதே' அமைந்தது. பர்சனல் ஃபைனான்ஸ் பற்றிய பிரத்தியேக இதழான நாணயம் விகடனில் நிதி நிர்வாகம் பற்றி தொடர் எழுதியிருக்கிறேன். பிறகு, புதிய தலைமுறை இதழில் 'பணம் பத்திரம்' தொடரை எழுதினேன். இவற்றில் புதிய தலைமுறை பொது வாசகர்களுக்கானது என்பதால் இதை எழுதுவது வித்தியாசமான ஓர் அனுபவமாக இருந்தது. சில நடைமுறை சிக்கல்களை உணர்ந்திருந்தும் இத்தொடரைச் சுதந்தரமாக எழுத அனுமதித்த புதிய தலைமுறை ஆசிரியர் குழுவுக்கு (மாலன், பெ.கருணாகரன், எம்.பி.உதயசூரியன், அதிஷா) மனமார்ந்த நன்றிகள்.

மாறாத அன்புடன்,

செல்லமுத்து குப்புசாமி

1

இன்சூரன்ஸ்

சென்னைக்கும் மகாபலிபுரத்துக்கும் நடுவே உள்ள சிறுசேரி என்ற இடத்தில் அமைந்துள்ள பிரபலமான மென்பொருள் நிறுவனம் ஒன்றில் புராஜெக்ட் மேனேஜராக வேலை செய்கிறார் ராஜேஷ். வயது 35. பிடித்தம் எல்லாம் போக முழுதாக ஒரு லட்சம் கையில் வரும் அளவுக்கு நல்ல சம்பளம்.

அவரது வாழ்க்கை நாட்டில் முக்கால்வாசி மக்கள் கனவு காணும் ஒரு வாழ்க்கை. வெள்ளிக் கிழமை மாலை நேரக் கேளிக்கைக்கு மேட்டுக்குடி மக்கள் மட்டுமே புழங்கும் கிளப். எழுபது லட்ச ரூபாயில் ஒரு ஃபிளாட். பத்து லட்ச ரூபாய் கார். சீரியல் நடிகையைப் போல அழகான மனைவி. அன்பான இரண்டு குழந்தைகள்.

சென்ற மாதம் ஒரு நாள் அவருக்கு ஒரு கொடுங்கனவு. அதிகாலை இரண்டு மணிக்குத் திடுக்கிட்டு எழுந்தவர் ஒரு பக்கம் மனைவியும், இன்னொரு பக்கம் குழந்தைகளும் ஆழ்ந்து நிம்மதியாக உறங்கிக் கொண்டிருப்பதைப் பார்த்தபடியே அமர்ந்து விட்டார். ஒரு வேளை நாளைக்கு நாம் இல்லை யென்றால் இவர்கள் இதே மாதிரி நிம்மதியாகத் தூங்குவார்களா? தூங்க முடியுமா? இப்படி என்னென்னவோ எண்ண ஓட்டங்கள் அவருக்கு.

அதன் பிறகு இரண்டு நாள் நீண்ட யோசனைக்குப் பிறகு ஒரு நிதி ஆலோசகரை அணுகினார்.

'வாங்க சார். எவ்வளவு ரூபாய்க்கு இன்சூரன்ஸ் வெச்சிருக்கீங்க?' என்று நேராக மேட்டருக்குப் போனார் அந்த நிதி ஆலோசகர்.

'வருசம் நாப்பதாயிரம் கட்டறேன் சார்.'

'சார், நீங்க கட்டற பிரீமியம் எவ்வளவுன்னு கேக்கலை. இன்சூரன்ஸ் வேல்யூ எவ்வளவு சார்?'

'15 வருசம் முடிஞ்ச பின்னாடி ஒரு அமௌவுண்ட் வரும்னு சொன்னாங்க. அதுவா?' என்று ராஜேஷ் சந்தேகமாகக் கேட்டார்.

அப்போது அந்த நிதி ஆலோசகர் விரிவாகப் பேச ஆரம்பித்தார்.

'சார் ஒன்னு சொல்றேன் தப்பா எடுத்துக்காதீங்க. நீங்க இன்சூரன்ஸ், இன்வென்ஸ்ட்மெண்ட், சேவிங் எல்லாத்தையும் போட்டுக் குழப்பிக்கறீங்க. இந்த மூணு விஷயத்தையும் பிரிச்சுப் பாக்க நமக்கு யாருமே சொல்லித் தரலை. நீங்க ஒரு இன்சூரன்ஸ் பாலிசி வெச்சிருக்கீங்க. வருசா வருசம் பிரீமியம் நாப்பதாயிரம் கட்டறீங்க. சரியா?'

'ஆமா சார், இன்கம்டாக்ஸ் மிச்சம் பண்ணலாம்னு பாலிசி எடுத்தேன். அப்புறமா ஹோம் லோன் எடுத்த பின்னாடி இன்சூரன்ஸுக்கு கட்டற பணத்துனால டாக்ஸ் சேவிங்னு பெருசா ஒன்னும் இல்லாமப் போச்சு.'

'சார் இன்னொரு விஷயம். இன்சூரன்ஸ், இன்வெஸ்ட்மெண்ட், சேவிங் இதெல்லாம் மிக்ஸ் செய்யக் கூடாதுன்னு சொன்ன மாதிரி, வருமான வரியை மிச்சம் செய்யணும்ங்கற நோக்கம் உங்க இன்சூரன்ஸ் தேவையைத் தீர்மானிக்கக் கூடாது' என்றார் ஆலோசகர்.

'வேற எது தீர்மானிக்கணும்னு சொல்றீங்க?'

'உங்க லைஃப் வேல்யூ சார்' என்றதும் ராஜேஷ் குழப்பமாகப் பார்த்தார். ஆலோசகர் தொடர்ந்தார்.

'அதாவது உங்க வாழ்க்கையினால உங்க குடும்பத்துக்கு ஏற்படப் போற அனுகூலம். உங்களால உங்க குடும்பத்துக்குக் கிடைக்கிற வருமானம் நீங்க இல்லாமப் போனாக்கூட கிடைக்கிற மாதிரி உங்க இன்சூரன்ஸ் இருக்கணும். ஒரு கணவனா, தகப்பனா உங்க இடத்தை, உங்க இழப்பை யாராலும் ஈடு செய்ய முடியாது என்பது உண்மைதான். ஆனா உங்க பிரிவினால எமோஷனல் இழப்பைச் சந்திச்சிருக்கிற குடும்பம் வருமான இழப்பையும்

சந்திக்கக்கூடாது' என்று சொல்லிக்கொண்டே ராஜேஷின் இன்சூரன்ஸ் பாலிசியை மேய்ந்தார்.

'சார் உங்க இன்சூரன்ஸ் கவர் ஏழு லட்சம். உங்க வருடாந்திர வருமானம் எவ்வளவு? யெஸ், பதினைந்து லட்சம். இன்சூரன்ஸ் பணம் ஆறு மாசத்துக்கு வரும். அதுக்கப்பறம்?'

ராஜேஷ் யோசித்தார். ஆலோசகர் தொடர்ந்தார்.

'உங்களோட பத்து வருஷ வருமானத்தையாவது இன்சூரன்ஸ் கவரா வெச்சுக்கணும். உங்க வருமானம் 15 லட்சம்னா ஒன்றரை கோடி கவரேஜ் இருக்கணும். அட்லீஸ்ட் ஒரு கோடியாவது இருக்கணும்.'

'பாஸ் ஏழு லட்சம் கவரேஜுக்கே நாப்பதாயிரம் கட்டறேன். ஒன்றரை கோடின்னா வருசம் எட்டு லட்சம் பிரீமியம் கட்டணுமா? காமெடி பண்ணாதீங்க'

'நீங்க டெர்ம் இன்சூரன்ஸ் எடுங்க. பிரிமியம் ரொம்ப கம்மி. ஆனா வழக்கமான பாலிசி மாதிரி 10-15 வருசம் கழிச்சு பணம் திரும்ப வராது. அசம்பாவிதம் நடந்தா மட்டும் உங்க ஃபேமிலிக்கு ஒன்றரைக் கோடி பணம். இல்லைன்னா பிரீமியம் தொகை இன்சூரன்ஸ் கம்பெனிக்கு' என்றார் ஆலோசகர்.

'துருப்பிடிச்சுப் போற காருக்கே வருஷம் பதினைஞ்சாயிரம் கட்டறோம். நம்ம லைஃப்ல மட்டும் எதுக்கு பணம் திரும்ப வருமான்னு யோசிக்கணும்' என்ற யோசனையில் மகிழ்ச்சியாகக் கிளம்பினார் ராஜேஷ்.

2

அம்மா கையிலே கொடுத்துப் போடு செல்லக் கண்ணு

நமது சமுதாயத்தில் சில விஷயங்களை வரையறுத்து வைத்திருக்கிறோம். ஆண்களுக்கென்று சில விஷயங்கள். பெண்களுக்கென்று சில. குறிப்பாக பண விஷயத்தில் இது தெளிவாகப் பொருந்துகிறது.

எங்கள் குடியிருப்புப் பகுதியில் வாக்கிங் போன இடத்தில் நான்கைந்து ஆண்கள் பேசிக்கொண்டிருந்த பின்வரும் உரையாடல் காதில் விழுந்தது.

'உங்க ஓய்ம்ஃப் எங்கே ஒர்க் பண்றாங்க?'

அதற்கு ஒருவர் 'ஜபாங் டாட் காம்ல' என்று சொல்லி விட்டுச் சிரித்தார்.

'ஓ, என்னவா ஒர்க் பண்றாங்க?'

'கஸ்டமரா' என்று சொல்லிவிட்டு பலமாகச் சிரித்தார்.

பாரம்பரியமாகவே பெண்களைக் குடும்பத்தின் நிதி விவகாரங் களில் பங்கெடுக்க வைத்த சமுதாயம் நம்முடையது. இப்போதும்கூட பொருளாதார அடுக்கில் அடித்தட்டில் பெண்களின் பங்களிப்பு அசாத்தியமானது. ஆனால் நடுத்தர வர்க்கத்திலும், அதனினும் கூடுதலாக மேல் நடுத்தரக் குடும்பங்களிலும் பெண்களை இந்தச் செயல்பாட்டில் ஓரளவுக்கு ஒதுக்கியே வைத்திருக்கிறார்கள். ஒதுக்கியே என்பதைவிட அவர்களும் ஒதுங்கியே இருந்திருக்கிறார்கள்.

இதற்கு பெண்கள் ஊதாரிகளாக இருக்கிறார்கள் என்றோ, அவர்களுக்கு குடும்பத்தின் பொருளாதார நலனில்

அக்கறையில்லை என்றோ பொருளில்லை. சம்பாதிப்பது ஆணின் வேலை என்பதன் நீட்சியாக இந்த ஒதுங்கியிருத்தல் நிகழ்கிறது.

'எல்லாம் அவர் பார்த்துக்கொள்வார்' என்ற நிம்மதியின் வெளிப்பாடாகக்கூட அது இருக்கலாம். இது முழுநேர இல்லத்தரசிகளுக்குதான் என்றில்லை. பணிக்குச் சென்று கணவருக்கு இணையாகச் சம்பாதிக்கும் சில பெண்களும் கூட அப்படியிருக்கிறார்கள். தங்களது ஏடிஎம் அட்டை, இண்டர்நெட் பேங்கிங் கணக்கு, இன்கம்டேக்ஸ் பிளானிங் என எல்லாவற்றையுமே தங்கள் கணவரிடம் ஒப்படைக் கிறார்கள்.

இதில் தவறென்றும், குறையென்றும் ஏதுமில்லை என்ற போதிலும்கூட பெண்களுக்கு குடும்பத்தின் நிதி விவகாரங்களில் பங்கெடுக்க வேண்டிய கட்டாயம் இன்று இருக்கிறது. பெண் விடுதலை, சுதந்தரம் என உரக்கக் குரலெழுப்பும் அத்தனை பேரும் அதற்கு ஆங்கிலத்தில் வழங்கும் இண்டிபென்டன்ஸ் என்ற பதத்தின் உண்மையான அர்த்தம் 'சாராமலிருப்பது' என்பதை உணரவேண்டும்.

நிதி விவகாரங்களில் ஆணைச் சாராமல் சுதந்தரமாகச் சில விஷயங்களைக் கற்கவும், செய்யவும் பெண்கள் பழகிக்கொள்ள வேண்டும். ஆன்லைனின் ஆடைகளை ஆர்டர் செய்வதற்கு ஐபாங் டாட் காமைப் பயன்படுத்துவதே உச்சபட்ச சுதந்தரம் என்று கொள்ளாமல், மின் கட்டணத்தைச் செலுத்துவது, ரயில்வே டிக்கெட் புக் செய்வது, போன் பில், கிரெடிட் கார்ட் பில் கட்டுவது, நெட் பேங்கிங் முதலிய அடிப்படை நிதிப் பரிவர்த்தனைகளில் பங்கெடுப்பது அவசியம்.

பெரும்பாலான வீடுகளில் பெண்களுக்குத் தமது கணவன் மார்கள் எவ்வளவு சம்பாதிக்கிறார்கள் என்ற விவரமே தெரியாது. 'கேட்கும் போது பணம் தருகிறார். தேவையானதை வாங்கித் தருகிறார். எல்லாவற்றையும் பொறுப்போடு கவனித்துக் கொள்கிறார். இதற்கு மேல் நாம் எதற்கு வீணாகத் தலையிட வேண்டும்?' என நினைக்கிறார்கள்.

இது சரியான அணுகுமுறை கிடையாது. எல்லாவற்றையும் கவனித்துக்கொள்ளும் கணவன் ஒரு நாள் காணாமல் போனால்

என்னவாகும்? கணவனுக்கு என்னென்ன வங்கிக் கணக்குகள் உள்ளன? சேமிப்புகள் என்னென்ன உள்ளன? நிலம், வீடு உள்ளிட்ட அசையா சொத்துகளின் பத்திரங்கள் எங்குள்ளன? அவருக்கு என்னென்ன இன்சூரன்ஸ் பாலிசிகள் உள்ளன? அவற்றின் தொகை என்ன? யார் பெயரில் அது எடுக்கப்பட்டது? இதெல்லாம் பெண்களுக்குத் தெரிந்திருக்க வேண்டும்.

எனக்குத் தெரிந்த ஒரு நண்பர் உள்ளார். அவர் பிரபலமான கட்டுமான நிறுவனம் ஒன்றில் பணியாற்றுகிறார். இல்லத்தரசி யான அவர் மனைவிக்கும் அவருக்கும் இரண்டு குழந்தைகள். ஒருமுறை அவரது வீட்டுக்குச் சென்றிருந்தபோது ஒரு விஷயத்தைப் பற்றிப் பேசினார்.

குறிப்பாக, 'என் மனைவிக்கு ஐம்பது லட்ச ரூபாய் லைஃப் இன்சூரன்ஸ் எடுக்கலாம் என்றிருக்கிறேன்' என்று கூறினார்.

நண்பர் தனது பெயரில் ஏற்கனவே 50 லட்ச ரூபாய் ஆயுள் காப்பீடு எடுத்திருந்து எனக்குத் தெரியும். ஆனால் இது எனக்கு ஆச்சரிய மாக இருந்தது. அது வரைக்கும் என் நண்பர்களில் யாரும் மனைவிக்கு ஐம்பது லட்சம் இன்சூரன்ஸ் போட்டதாக நினைவில்லை. மனைவியைத் தீர்த்துக்கட்டிவிட்டு அதில் வரும் இன்சூரன்ஸ் பணத்தில் வேறு கல்யாணம் செய்து கொள்ளும் கிரிமினல் கேஸ்கள் வேறு. ஆனால் வழக்கமான குடும்பங்களில் இது அரிது.

நண்பரிடம் விளக்கம் கேட்டேன்.

'பாஸ், எனக்கு எதாவது ஆச்சுன்னா மனைவியும் குழந்தைகளும் கஷ்டப்படக் கூடாதுன்னு என் பேர்ல 50 லட்சம் இன்ஷூர் பண்ணி வெச்சிருக்கேன். சப்போஸ் என் மனைவிக்கு எதாவது ஆச்சுன்னா நான் இதே மாதிரி வேலைக்குப் போக முடியுமா? குழந்தைகளைக் கவனிக்க அதிக நேரம் அவர்களோட செலவிடணும். அதனால கம்மி சம்பளம் இருக்கற வேலைக்குப் போகணும். இல்லாட்டி வேலையை முழுசா விட்டுரணும். அதான் மனைவிக்கும் சமமான காப்பீடு' என்றார்.

ஆஹா, இதுவல்லவோ பெண் விடுதலையும் சமத்துவமும்!

3

செலவு vs முதலீடு

மனிதன் பிறந்தவுடனே ஓட ஆரம்பித்து விடுவதில்லை. குழந்தையாகப் பிறந்து, குப்புற விழுந்து, தவழ்ந்து, உட்கார ஆரம்பித்து, நிற்க நடக்கத் தொடங்கி பிறகுதான் ஓடுகிறான்.

நிதி நிர்வாகத்திலும் அப்படியாகப்பட்ட பல படிநிலைகள் உள்ளன. அவற்றில் ஒவ்வொன்றுக்கும் ஒவ்வொரு பெயர் இருக்கும். நிதி நிர்வாகம் எனும்போது இங்கே நாம் பணம் சம்பாதிப்பது எப்படி என்பதைப் பற்றிப் பேசவில்லை. என்ன படித்தால் என்ன வேலை கிடைக்கும், அதில் எவ்வளவு ஊதியம் ஈட்டலாம் என்பதைக் குறித்து விவாதிக்கவில்லை.

பணம் சம்பாதிப்பது மட்டுமே ஒருவனின் பொருளாதார நிலையை உறுதி செய்வதில்லை. அது மட்டுமே முழுமையான காரணியும் இல்லை. பணம் சம்பாதிப்பதற்கு ஆயிரம் வழிகள் இருக்கலாம். அதை எப்படி நிர்வகிப்பது என்பதில் அடங்கியிருக்கிறது மனிதனின் வெற்றிக்கான சூத்திரம்.

ஆக நிதி நிர்வாகமாக இங்கே நாம் குறிப்பிடுவது சம்பாதிக்கிற பணத்தை எப்படிக் கையாள்வது என்பதைப் பற்றிதான். ஒருவன் தான் ஈட்டுகிற பணத்தைச் செலவு செய்யலாம். செலவு செய்வதற்குப் பதிலாக சேமித்தும் வைக்கலாம். அல்லது அதே பணத்தை முதலீடு செய்யலாம். இதெல்லாம் படி நிலைகள். இவை இதே வரிசையில்தான் ஒரு மனிதனுக்கு அமைய வேண்டும் என்ற அவசியமெல்லாம் கிடையாது.

ஒருவன் சேமிப்பதாக நினைத்து செலவு செய்துகொண்டிருக் கலாம். செலவு செய்வதாக நினைத்து முதலீடு செய்து கொண்டிருக்கலாம். வாழ்க்கை முழுவதும் வரவுக்கு மீறி செலவு

செய்து நிதி நிர்வாகத்தில் குப்புற விழுந்த நிலையிலே தவழக் கூட முடியாமல் திணறிக்கொண்டே காலத்தை ஓட்டலாம்.

2003 ஆம் வருட காலத்தில் எனது இரு நண்பர்களுக்கு தலா ஐந்து லட்ச ரூபாய் பணம் கையில் இருந்தது. அதில் ஒருவர் பொது வாகவே அரசாங்கத்துக்கும் அதிகார மையங்களுக்கும் எதிரானவர். உலக அளவில் புரட்சிகளையும், பொருளாதாரக் கோட்பாடுகளையும் அறிந்தவர். கார்ல் மார்க்ஸையும் ஆடம் ஸ்மித்தையும் பற்றி மணிக் கணக்கில் பேசக் கூடியவர்.

'எத்தனையோ பேர் எவ்வளவோ கொள்ளையடிக்கிறார்கள். இது நான் சம்பாதித்துச் சேர்த்த பணம். இதை என் இஷ்டப்படி அனுபவிக்கப்போகிறேன்' என்று சொல்லிவிட்டு ஐந்து லட்ச ரூபாய்க்கு ஒரு அமெரிக்க கார் கம்பெனியொன்றின் புது மாடலை புக் செய்துவிட்டு வந்தார்.

இன்னொரு நண்பர் அந்த அளவுக்கு பரவலான பொருளாதார, வர்க்கப் பிரச்னை குறித்த அறிவு இல்லாதவர். அவர் அந்த ஐந்து லட்சத்திலே பெங்களூர் எலெக்ட்ரானிக்ஸ் சிட்டிக்கும் ஓசூருக்கும் நடுவில் ஓரிடத்தில் வீட்டு மனையொன்றை வாங்கிப் போட்டார்.

சில வருடங்கள் கழித்து கார் ஒன்றரை லட்ச ரூபாய்க்குச் சிரமப்பட்டு விற்றார் முதலாவது நண்பர். இரண்டாவது நண்பர் தான் வாங்கிய வீட்டுமனையை அறுபது லட்சத்துக்கு விற்று விட்டு சென்னையில் செட்டில் ஆனார்.

இதை இந்த இடத்தில் சொல்வதற்குக் காரணம் உள்ளது. பல விஷயங்களைத் தெரிந்து வைத்திருக்கிற அல்லது தெரிந்து வைத்திருப்பதாக நினைத்துக் கொண்டிருக்கும் ஆட்களைவிட நிதி மேலாண்மை குறித்து ஆழமான புரிதல் அற்ற சிலரது செயல்பாடுகள் மலைப்பூட்டும் பாசிட்டிவான விளைவுகளுக்கு வித்திடும்.

மற்றபடி கார் வாங்கிய நண்பர் முட்டாள் என்று பொருளல்ல. தான் ஐந்து லட்ச ரூபாயை காரில் முதலீடு செய்வதாக அவர் கருதியதில்லை. அவ்வாறு சொன்னதுமில்லை. 'நான் என்ஜாய் செய்யப் போகிறேன்' என்றே யாதொரு குழப்பமும் இல்லாமல் கூறி வந்தார்.

ஆனால் இன்னும் சில நபர்களைக் காணும் போது வேடிக்கையாக இருக்கும். ஒன்றரை லட்ச ரூபாயை டிவியில் இன்வெஸ்ட் செய்திருப்பதாகச் சொல்வார்கள். ஆமாம் இன்வெஸ்ட்தான். சிலர் காரில் முதலீடு செய்திருப்பதாகச் சொல்கிறார்கள். இன்னும் சில பெண்கள் ஐம்பது அறுபது பட்டுப் புடைவைகளில் இன்வெஸ்ட் செய்திருக்கிறார்களாம்.

முதலீடு செய்வதாக நினைத்துக்கொண்டு செலவு செய்தால் கூடப் பரவாயில்லை. செலவு என்பது ஒரு முறை நிகழும் செயல். ஆனால் இவர்கள் முதலீடு என்ற பெயரில் பெருஞ்சுமையைத் தூக்கிச் சுமக்கிறார்கள்.

ஆங்கிலத்தில் asset, liability என்று இரண்டு சொற்கள் உள்ளன. காலப் போக்கில் வளர்வது, லாபம் ஈட்டித் தருவது அசெட். காலப் போக்கில் மதிப்புத் தேய்வது, தொடர்ச்சியாகச் செலவு வைப்பது லயாபிலிட்டி. நமது பணத்தை அசெட் உருவாக்கும் வகையில் செலுத்தினால் அதற்குப் பெயர் முதலீடு அல்லது இன்வெஸ்ட்மெண்ட்.

அவ்வாறு செய்யாமல் லயாபிலிட்டி என்னும் பெருஞ்சுமைக்கு முட்டுக் கொடுத்து விட்டு இன்வெஸ்ட் செய்திருப்பதாக நினைத்துக்கொண்டால், உங்கள் நிதி நிர்வாகப் புரிதலுக்காகக் கொஞ்சம் நேரத்தைத்தான் நீங்கள் முதலீடு செய்ய வேண்டியிருக்கும்.

4

ஆற்றிலே போட்டாலும் அளந்து போடு

உங்களுக்கு காசப்பனைத் தெரியுமா? தெரியாவிட்டாலும் பரவாயில்லை. அவரது நிஜப் பெயர் காசியப்பன். மனிதர் பண விவகாரத்தில் கெட்டி. அதனாலேயே காசப்பன் என நண்பர்கள் அழைப்பார்கள்.

நண்பர்களுக்கு நிதி விவகாரங்களில் ஏதேனும் ஆலோசனை தேவைப்பட்டால் காசப்பன் அங்கே நிற்பார். நல்ல எண்ணங்களையும் நல்ல செயல்களையும் தொடர்ச்சியாகப் பேசினால் மட்டும் போதாது. அவற்றின் படி வாழ்ந்து காட்ட வேண்டும் என அடிக்கடிச் சொல்வார்.

ஒரு முறை காசப்பனின் நண்பர் அசோக் பெரியசாமி புலம்பினார்.

'மாசம் ஐயாயிரம் சம்பாதிக்கறவனும் அதையேதான் சொல்றான். ஐம்பதாயிரம் சமாதிக்கறவனும் அதேயே சொல்றான். அஞ்சு லட்சம் சம்பாதிக்கறவனும் அதையே சொல்றான்'

உடனே காசப்பன், 'எதைப் பத்தி சொல்றீங்க அசோக்?' என்று கேட்டார்.

'அதாங்க. மாசக் கடைசி ஆச்சுன்னா காசே இல்லைன்னு பொலம்பறாங்களே. அதைச் சொன்னேன்' என்றார் அசோக்.

'பொலம்பறாங்களா? அப்ப நீங்க பொலம்பலையா?' என மந்தகாசப் புன்னகை பூத்தார் காசப்பன்.

'நானுந்தான் பொலம்பறேன். எவ்வளவு சம்பளம் வந்தாலும் பத்தவே மாட்டிங்குது. பத்து ரூபா இன்க்ரிமெண்ட் வந்தா

இருபது ரூபாய்க்கு செலவு வருது. ஆயிரம் ரூபா போனஸ் போடற மாசம் ஐயாயிரத்துக்கு லிஸ்ட் வெச்சிருக்கா மனைவி' என்றார் அசோக்.

'அப்ப உங்க மனைவி தான் செலவு ரொம்பப் பண்றாங்க? அதனாலதான் உங்களுக்கு இருபதாம் தேதிக்கு அப்பறமா சிரமமா இருக்கு. அப்படித்தானே?'

காசப்பன் கேள்விக்கு அசோக் யோசிக்காமல் பதில் சொன்னார். 'அப்படித்தான். அதிலே என்ன சந்தேகம்? நான் சம்பாதிக்கிறேன். அவள் செலவு செய்கிறாள். சிம்பிள்'

'அப்படியெல்லாம் வாய் புளிச்சுதா மாங்கா புளிச்சுதான்னு பொத்தாம் பொதுவா பேசிற முடியாதுங்க அசோக். நான்கூட நாலு வருசம் முன்னாடி வரைக்கும் அப்படித்தான் நெனைச்சுக் கிட்டு இருந்தேன். பிறகு செலவுக் கணக்கெல்லாம் டீட்டெய்லா ஆராய்ஞ்சு பாத்த பின்னாடி என் நினைப்பை மாத்திக்கிட்டேன்' என்று பேசிக்கொண்டே தேநீர் கிளாஸை காலி செய்தார் காசப்பன்.

'எப்படிங்க?'

'ரொம்ப சிம்பிள். எரியறதைப் புடுங்கினா கொதிக்கறது அடங்கிரும்னு சொல்லுவாங்க கேள்விப்பட்டிருக்கீங்களா? ஆனால் எது எரியுதுன்னு தெரிஞ்சாத்தானே புடுங்கறதுக்கு?' என்று காசப்பன் பேசுவதையே அசோக் கவனித்தார்.

வழக்கமாக காசப்பன் பேசினால் அதில் ஒரு நியாயம் இருக்கும். தத்துவார்த்தமாக, எதார்த்தமாக, உணர்ச்சிவசப்படாமல் எல்லா விஷயத்தையும் அலசுவார். அதனால் அசோக் உன்னிப்பாகக் கவனித்தார்.

'எங்க வீட்டிலே கூட எதுக்கு இவ்வளவு செலவு ஆகுது? எதனால செலவைக் கட்டுப்படுத்தவே முடியலை அப்படீன்னு வாக்குவாதம் நடந்துச்சு.' சரின்னு இரண்டு பேசும் உக்காந்து பேசி, இனி மேல் என்ன செலவு செஞ்சாலும் அது ஐம்பது பைசாவோ ஐயாயிரம் ரூபாயோ, எழுதி வெச்சுக்கறதுன்னு முடிவு பண்ணினோம்.

அதன் படி ஒவ்வொரு சின்னச் சின்ன பரிவர்த்தனையும் எழுதி வெச்சோம். முதல்ல நோட்டுப் போட்டு எழுத சிரமமா

இருந்துச்சு. அதான் கம்ப்யூட்டர்ல எக்ஸெல் ஷீட் இருக்கே. அதுல தேதிவாரியா என்டெர் செய்ய ஆரம்பிச்சோம். உடனே இது ஒர்க் அவுட் ஆகிடலை. ஒரு வாரம் எழுதுவோம். பிறகு விட்டுருவோம். அடுத்த மாசம் மறுபடியும் ஆரம்பிப்போம். பத்து நாள் நோட் பண்ணி வைப்போம். அப்புறமா சோம்பேறித் தனத்துல தொடர மாட்டோம். இடைவிடாம எல்லா செலவு களையும் என்டெர் செய்ய டிசிப்ளின் தேவையா இருந்துச்சு.

ஒரு நாலைஞ்சு மாசம் முயற்சி செஞ்ச பிறகு எங்களுக்கே பிடிபட்டது. நாங்க நினைச்ச மாதிரி அவ்வளவு சுலபமில்லை. வீட்டிலே எல்லோரும் சேர்ந்து சம்மதிச்சு இதைச் செய்யணும். இல்லைன்னா வேலைக்கு ஆகாது. மனைவி பால் வாங்கினா, காய்கறி வாங்கினா, நாம வெளியில பத்து ரூபாய்க்கு டீ குடிச்சா இப்படி சின்னச் சின்ன செலவுகள் மிஸ் ஆகும். அதோட விட்டுருவோம். அப்படி விடமா ஒவ்வொரு செலவையும் நோட் செஞ்சு வெச்சுப் பழகினோம்.'

'சூப்பர்ங்க' என வியந்தார் அசோக்.

'பிறகு மாசக் கடைசியிலே எல்லா செலவுகளையும் அனலைஸ் பண்ணுவோம். இதுல எது அவசியமான செலவு, எது ஆடம்பரச் செலவுன்னு கணக்குப் பார்ப்போம். எது எனக்கான செலவு, எது மனைவிக்கான செலவு, எது குடும்பத்துக்கான செலவுன்னு பேசுவோம். எது தவிர்க்கக் கூடிய செலவு, எது தவிர்க்க முடியாத செலவுன்னு விவாதிப்போம்' என காசப்பன் சொல்லச் சொல்ல அசோக் முடிவு செய்து கொண்டார்.

ஒன்னாம் தேதியில் இருந்து நாமும் கணக்கு வைத்து அதிகம் செலவு செய்வது பொண்டாட்டிதான் என நிரூபித்து விட வேண்டியது, ஆமாம்!

5

பேசக்கூடாத விஷயமல்ல

நம் நாட்டில் எதைப் பற்றி வேண்டுமானாலும் பேசி விட முடியும். இரண்டு விஷயங்களைத் தவிர. ஒன்று செக்ஸ். இன்னொன்று பணம். இப்போது செக்ஸ் குறித்துக்கூட வெளிப்படையாகப் பேசுகிறார்கள். பொது வெளியில் விவாதிக்கிறார்கள். ஆனால் பணம் பற்றி? செக்ஸ் கல்வி பரவிய அளவுக்கு நிதி மேலாண்மை பற்றிய கல்வி பரவவில்லை.

யாரும் வெளிப்படையாகப் பேசுவதில்லை. அதைப் பற்றி விவாதிப்பதில்லை. அப்படியே யாராவது பேசினாலும் அவனுக்குப் பணத்தாசை பிடித்தவன் என்று முத்திரை குத்திவிடு வோம். நம்மில் யாருக்குத்தான் அப்படியொரு பேர் வாங்க ஆசை? அதற்குப் பயந்து கொண்டே பேசுவதற்குத் தயங்கிக் கொண்டிருக்கிறோம்.

பணம் என்பது உழைப்பின் அளவுகோல். பணத்தை மதிக்கிறவன் உழைப்பை மதிக்கிறவன். எனக்குப் பணம் முக்கியமில்லை என்று சொல்கிறவன் உழைப்பை மதிக்கத் தெரியாதவனாக இருக்கிறான். இப்படிச் சொல்வது சற்று கடுமையாகக் கூடத் தோன்றலாம். ஆனால் அதுவே உண்மை. எவனொருவன் பணத்தின் மதிப்பை முழுமையாக உணர்கிறானோ அவனே குழந்தைகளை முறையாக வளர்க்க முடியும். பணம் என்பது அப்பாவோ அம்மாவோ உழைத்துச் சம்பாதிப்பது என்கிற நினைப்பில்லாமல் குழந்தைகளை வளர்க்கமுடியும். ஏடிஎம் இயந்திரத்தில் பணம் கொட்டும் என்று புதிய தலைமுறையினர் சிந்திக்கத் தொடங்கினால் அது நிச்சயம் வளர்ப்புப் பிரச்னையின் தொடக்கம்தான்.

இரண்டு வாரத்துக்கு முன்னர் (சரியாகச் சொன்னால் அக்டோபர் 30) பெரும்பாக்கம் அருகே ஓர் இளைஞன் கொலை செய்யப் பட்டான். உறவினர் வீட்டில் தங்கி வேளச்சேரியில் உள்ள கால் சென்டரில் பணியாற்றி வந்தவன், வேலை முடிந்து இரவு பத்தரை மணிக்குப் பேருந்திலிருந்து இறங்கி வீட்டுக்கு நடந்து செல்லும் வழியில் கழுத்தில் அணிந்திருந்த செயின், ஸ்மார்ட் போன் ஆகியவற்றுக்காகக் கொல்லப்பட்டான்.

இந்தச் சம்பவம் எனக்குள் பெரும் அதிர்ச்சியை உருவாக்கியது. திருட்டுக்காகச் செய்யப்படும் கொலைகள் பெரிய தொகைக்காக என்றுதான் இத்தனை நாளும் தவறாகக் கருதி வந்தேன். நீங்களும்கூடக் குறைந்த பட்சம் ஐந்து லட்சம், பத்து லட்சம் கொள்ளையடிக்கத்தான் கொலை செய்வார்கள் என்று கருதியிருக்கலாம். ஆனால் இந்தப் பையனைக் கொன்ற கும்பலுக்கு மீறிப் போனால் ஐம்பதாயிரம் ரூபாய்க்கு மேல் தேறியிருக்காது. பணத்தின் மதிப்பை அறியாதவன், அது உழைப்பின் அளவுகோல் என்பதை உணராதவன் உயிரின் மதிப்பை அறிந்திருப்பான் என எதிர்பார்க்க முடியாது.

குழந்தைகளுக்கு அவர்களது தேவைக்கு மீறிய விளையாட்டுப் பொருள்களை வாங்கிக் கொடுப்பது பெற்றோர்தான். அவர்கள் எதைக் கேட்டாலும் வேண்டாமென்று சொல்லாமல் தருவித்துக் கொடுப்பதும் பெற்றோர்தான். எது ஆசைப்பட்டாலும் அது இலகுவாகக் கிடைக்கும் என்ற நினைப்பை ஊட்டுவதும் அவர்கள்தாம். அதே குழந்தைகள் பெரியவர்கள் ஆனதும் அவர்கள் பொறுப்பில்லாமல் செலவு செய்வதாகவும், ஊதாரித் தனமாகச் சுற்றுவதாகவும் புலம்புவதும் அதே பெற்றோர்தான். இதில் தவறு குழந்தைகளிடமா பெற்றோரிடமா என்பதை யோசிக்கவேண்டும்.

பொருள்களின் மதிப்பை, அவற்றை வாங்குவதற்கான பணத்தின் மதிப்பை, அந்தப் பணத்தை ஈட்டுவதற்கான உழைப்பின் மதிப்பை குடும்பத்தில் குழந்தைகளுக்குச் சொல்லிக் கொடுப்பது அவசியம். இது நம் குடும்பங்களில் இருந்தே தொடங்க வேண்டும். பத்தாவது வரைக்கும் சைக்கிளில் பள்ளிக்குச் சென்று வந்தவரின் பையன் மெட்ரோ ரயிலில் சென்ட்ரல் ஸ்டேஷனுக்குப் போகாமல் கால் டாக்ஸி வேண்டுமென்கிறான். நான்காவது பிறந்த நாளுக்கு பத்தாயிரம் ரூபாய் பேட்டரி கார் பரிசாகக்

கிடைத்த பையன், பத்தாவது பிறந்த நாளுக்கு ஐஃபோன் பரிசாகக் கிடைத்தவன் அப்படித்தான் இருப்பான்.

நமக்கெல்லாம் வெட்டுக்கிளி எறும்பு கதை தெரியும். கோடை காலத்தில் உல்லாசமாகச் சுற்றிய எறும்பைக் கிண்டல் செய்தது வெட்டுக்கிளி. மழைக்காலத்தில் எறும்பு வெட்டுக்கிளியைக் கிண்டல் செய்யும். எறும்பாய் வளர்ந்தவர்கள் தம் குழந்தைகளை வெட்டுக்கிளியாக உருவாக்கும் போக்கு வெகுவாகத் தென்படுகிறது.

சங்கிலிப் பறிப்புகளில் படிக்கும் மாணவர்களும், படித்து முடித்த பட்டதாரிகளும் ஈடுபடுவதாக நிறையக் கேள்விப்படுகிறோம். இதற்கான விதை எங்கிருந்து உருவாகிறது? உழைத்துச் சம்பாதிப்பதைவிடக் குறுக்கு வழியில் துரிதமாகப் பணம் ஈட்ட முடியும் என்ற நம்பிக்கையை யார் தந்தது?

தனிமனித ஒழுக்கம், அறம் சார்ந்த கற்பிதங்கள் பின்னுக்குத் தள்ளப்பட்டுவிட்டதாகத் தெரிகிறது. ஐம்பதாயிரம் ரூபாயை ஒரு மாத உழைப்பாகவோ, இரண்டு மாத உழைப்பாகவோ பார்க்காமல் கண்ணிமைக்கும் நேரத்தில் பறித்துச் செல்ல முடிகிற செயலாகப் பார்க்கச் செய்கிறது. பணம் இருந்தால் என்ன வேண்டுமானாலும் செய்யலாம், பணம் ஈட்டுவதற்கும் என்ன வேண்டுமானாலும் செய்யலாம் என்ற நிலைப்பாடு உருவாகியிருக்கிறது.

பணத்தைப் பற்றி, உழைப்பைப் பற்றி குடும்பங்களிலாவது பேசுவதுதான் இதற்கான தீர்வாக இருக்கும். குழந்தைகளுக்கு எவ்வளவு சீக்கிரம் உண்டியல் பரிசளிக்க முடியுமோ அவ்வளவு நல்லது. முடிந்த மட்டில் நம் பணத்தையாவது பத்திரமாகக் காக்க உதவும். விதையொன்று முளைத்து செடியாகி, மரமாக மாற காலம் பிடிக்கும். பத்து மாதம் சுமந்து பெற்றால்தான் பிள்ளை. சாவதற்குக் குறுக்கு வழிகள் இருக்கலாம். வாழ்வதற்கும், முறையாக பணம் சம்பாதிப்பதற்கும் குறுக்கு வழிகள் இல்லை.

6

தெருநாய்த் தத்துவம்

தினமும் நாலு மணிக்கு ஜானும் செந்திலும் சந்தித்துக் கொள்வார்கள். இருவரும் ஒரே கல்லூரியில் பத்து வருடங் களுக்கு முன் ஒன்றாகப் படித்தவர்கள். இப்போது வெவ்வேறு நிறுவனங்களில் பணியாற்றுகிறார்கள். இரண்டு நிறுவனங்களை யும் பிரிப்பது சாலை. சாலைக்கு அந்தப் பக்கம் செந்தில். இந்தப் பக்கம் ஜான். அவர்கள் சந்திப்பது சாலையில் சைக்கிள் மீது தேநீர் வைத்து விற்கும் கன்னியப்பனிடம் டீ குடிப்பதற்காக.

கன்னியப்பன் விற்கும் டீயில் ஏதோ ஒரு தனித்துவமான சுவை. அவர் இஞ்சியும் ஏலக்காயும் கலந்து கொண்டு வருவார். மாலை நாலு மணி முதல், ஏழு மணி வரைக்கும் அந்தச் சாலையில் நிற்பார். மூன்று டிரம் விற்று விடுவார்.

அவரிடம் தேநீர் குடித்துப் பழகியவர்கள் வேறு யாரிடம் போக மாட்டார்கள். அதை விடக் கேவலமான தேநீரை அலுவலகத்தில் உள்ளே பதினைந்து ரூபாய் கொடுத்து வாங்க வேண்டும். இங்கே புத்துணர்ச்சி தரும் பானம் ஏழு ரூபாய்க்கு.

உள்ளே அலுவலக கேண்டீன் என்றில்லை. இதே வீதியில் இரண்டு டீக்கடைகள் உள்ளன. அங்கே டீ மட்டுமில்லாமல், பஜ்ஜி, பிஸ்கட், வாழைப்பழம், சிகரெட் என சகலமும் கிடைக்கும். ஆனாலும் அங்கு போவதைவிட கன்னியப்பனிடம் நிறையப் பேர் வந்தனர்.

அந்த இஞ்சி டீயை உறிஞ்சியபடியே ஜானும், செந்திலும் உலக விஷயங்களைப் பற்றிப் பேசுவார்கள். அதில் முக்கியமாக ஷேர் மார்க்கெட் பற்றிய பேச்சு இடம் பெறும். இருவருமே ஐந்தாறு

வருடமாகப் பங்குச் சந்தையில் புழங்குகிறார்கள். ஏராளமான ஏற்ற இறக்கங்களைச் சந்தித்திருக்கிறார்கள்.

'ஜான், மார்க்கெட் நல்லா ஏறியிருக்கு. சென்செக்ஸ் இருபத் தெட்டாயிரம் பாயிண்ட் போயிருச்சு. அதனால கொஞ்சம் போர்ட்ஃபோலியோவை மறுபரிசீலனை செய்யலாம்னு இருக்கேன்' என்றான் செந்தில்.

'அப்படீன்னா?' ஜான் வினயமாயக் கேட்டான்.

'இப்ப நாம இன்வெஸ்ட் செஞ்சிருக்கற கம்பெனி எல்லாம் மூணு, நாலு துறையில மட்டும் இருக்கு. வேற துறைகள்ள ஆபரேட் பண்ற கம்பெனி ஷேர்ஸ் சிலதும் வாங்கலாம்னு பாக்கறேன்.'

'நான் ஒரு தத்துவம் சொல்றேன் கேக்கறியா செந்தில்? சிரிக்கலைன்னா சொல்றேன்.' என்று உத்திரவாதம் வாங்கிக் கொண்டுதான் மேற்கொண்டு பேசினான் ஜான்.

'அதுக்கு தெருநாய்த் தத்துவம்னு பேரு. தெரு நாய்க பயங்கர ஸ்மார்ட் தெரியுமா உனக்கு? தன்னோட ஏரியாவுக்குள்ள வேற நாய்ங்க வந்தா எவ்வளவு ஆவேசமா குரைக்கும் பாத்திருக்கே தானே?'

'ஆமா, எங்க ஏரியா உள்ள வராதேங்கற மாதிரி' என்று சிரித்தான் செந்தில்.

'ஆமா, அதே மாதிரி இந்த நாய் இன்னொரு ஏரியாவுக்கு தெரியாத்தனமாப் போயிருச்சுனு வெச்சுக்க, அங்கிருக்கிற லோக்கல் நாய்க கிட்ட அடக்கமா பம்மிப் பம்மி நின்னுட்டு சேதாரமில்லாத் திரும்பி வந்துரும்'

'இதுல என்ன கான்செப்ட்?' என்பதுபோல செந்தில் விழித்தான்.

'நாய்களுக்கு தன்னோட வரம்பு என்னன்னு தெரிஞ்சிருக்கு. இந்த நாய்க்கு இருக்கற முதிர்ச்சி கூட ஷேர் மார்க்கெட்ல இன்வெஸ்ட் பண்ற முதலீட்டாளர்களிடம் இல்லை' என்று ஜான் சொன்னதும் செந்தில் தன்னைத்தான் சொல்கிறானோ என்று யோசித்தான்.

'தனக்கு எந்த கம்பெனியைப் பத்தித் தெரியும், என்னென்ன துறைகளைப் பற்றின அறிவு இருக்கு என்றெல்லாம்

யோசிக்கறதே இல்லை. கையில காசு இருந்தா சும்மா இருக்க முடியறதில்லை. எதோ ஒரு ஷேர்ல போட்டுரணும்.'

'புரியுது. எந்த கம்பெனியில துணிச்சலா முதலீடு செய்யற அளவுக்கு தெரிஞ்சு வெச்சிருக்கறோம்ங்கற புரிதல் வேணும். எது நமக்குத் தெரியும், எது தெரியாதுன்னு தெரியணும். முன்பின் பழக்கமில்லாத வீதியில, ஐ மீன் நிறுவனத்துல முதலீடு செஞ்சு கடிபட்டு வந்து நிக்கக் கூடாது. அப்படியே தெரியாம உள்ள போய்ட்டாலும் சீக்கிரமா சுதாரிச்சுக்கணும். ஷேரை வித்துட்டு திரும்பி வந்துரணும்' என்று செந்தில் சிரித்தான்.

'எக்ஸாக்ட்லி. இந்தத் தெருநாய்த் தத்துவத்தைத்தான் ஆங்கிலத்தில் Circle of competence என்று சொல்றாங்க. இப்ப உனக்கு சாஃப்ட்வேர் துறை பத்தியும் பேங்கிங் செக்டர் பத்தியும் நல்லாத் தெரியும். அதனால அந்தத் துறையில உள்ள நல்ல நிறுவனங்களில் முதலீடு செஞ்சு வெச்சிருக்கே. நானும் அப்படித்தான். நாம செஞ்ச இன்வெஸ்ட்மெண்ட் இப்ப நல்லா வளர்ந்திருக்கு. வருத்தப்பட ஒன்னுமே இல்லை. அஃப்கோர்ஸ் வேற துறைகளில், வேற கம்பெனிகளும் வளர்ந்திருக்கு. ஆனா அதுக்காக தெரியாத ஃபீல்டுல பணத்தைப் போடணுமா?' என்றான் ஜான்.

'ஆமா மச்சி, நான்கூட ஃபார்மா கம்பெனி எதிலாச்சும் ஷேர் வாங்கலாம்னு நெனச்சேன். ஆனா அந்த ஃபீல்ட் பத்தி ஒன்றுமே தெரியாது! யாரு என்ன பேட்டண்ட் வெச்சிருக்காங்க, என்ன மருந்து கண்டுபிடிச்சிருக்காங்க, எதுவும் தெரியாது.' என்றான் செந்தில்.

'அதுக்காக circle of competence ஐ விரிவுபடுத்தாம அப்படியே இருக்கணும்னு அவசியம் இல்லை. ஆனா நம்மோட circle of competence எதுன்னு தெரிஞ்சிருக்கணும். நம்ம தெரு எதுன்னு தெரிஞ்சுக்கணும்.'

'ஆமாமா, நான்கூட இந்த சைக்கிள் பிசினஸ் எல்லாம் விட்டுட்டு ஒரு கடை வாடகைக்குப் புடிச்சு பர்மனெண்ட்டா ஒரு எடத்துல கடை போடலாம்னு இருக்கேன்' என்று சில்லரைய நீட்டினார் கன்னியப்பன்.

7

பட்ஜெட்

சில வார்த்தைகளைப் பேசும்போது நிறைய யோசித்துப் பேச வேண்டியிருக்கிறது. என் நண்பர் ஒருவர் தனக்குக் கீழ் பணியாற்றும் ஒரு பையனை நாலு பேர் இருக்கும் இடத்தில் சத்தம் போட்டுப் பேசிவிட்டார். அது பெரிய பஞ்சாயத்து ஆகிவிட்டது. விஷயம் ஹெச்.ஆர் வரை போனது. நண்பர், 'உன் ஈகோ பாதிக்கும் படியாக நான் பேசியது தவறுதான்' என்று ஒப்புக்கொண்டார்.

எப்படி நான் ஈகோ பிடித்தவன் என்று சொல்லலாம் என்று இன்னொரு பஞ்சாயத்தைக் கூட்ட அந்தப் பையன் ஆயத்த மானான். ஹெச்.ஆர் உடனே, 'அவர் உன்னைத் தலைக்கனம் பிடித்தவன் என்று சொல்லவில்லை. சுயமரியாதை என்பதைத் தான் அவர் ஈகோ என்று ஆங்கிலத்தில் சொல்லிவிட்டார். உன் சுயமரியாதையை உரசிப் பார்க்கும் விதமாக அவர் சத்தம் போட்டது தவறுதான்' என்று தீர்ப்புச் சொல்லி அனுப்பினாராம்.

சின்னச் சின்ன வார்த்தைகள்கூடச் சில சமயங்களில் தப்பான அர்த்தங்களைக் கொடுத்துவிடுகின்றன. அப்படித்தான் நமது காசப்பன் அவர்கள் அசோக் பெரியசாமி வீட்டுக்குச் சென்றிருந்த சமயத்திலும் நடந்தது. சகஜமான பேச்சு, நிதி மேலாண்மையின் பக்கம் திரும்பியிருக்கிறது. பேச்சுவாக்கில், 'அதற்கு டிசிப்ளின் தேவை' என்று காசப்பன் சொல்லிவிட்டார்.

அசோக், 'நான் ஒழுக்கமில்லாமல் அப்படி என்ன ஊர் சுற்றுகிறேனா?' என்ற பொருளில் கோபமாகக் கேட்டார். நியாயமான கோபம். அவருக்குக் குடிப் பழக்கம்கூடக் கிடையாது.

ஆனால் ஃபினான்ஷியல் டிசிப்ளின் மிகவும் முக்கியமானது. குடும்பத்தில் என்னென்ன செலவுகளைச் செய்கிறோம் என கணவனும் மனைவியுமாகச் சேர்ந்து குறித்து வைப்பதைப் பற்றி முன்பே காசப்பன் அசோக்குக்குச் சொல்லியிருந்தார். இரண்டு மாதங்கள் அவர்களும் சீராகக் கணக்கு வைத்தார்கள். அதன் பிறகு சலித்துப் போய் நிறுத்திவிட்டார்கள். அதற்குத்தான் டிசிப்ளின் வேண்டுமென்று காசப்பன் சொன்னார்.

உரையாடலின் போக்கில் ஃபினான்ஷியல் டிசிப்ளின் தொடர்பான பேச்சு பட்ஜெட்டில் வந்து நின்றது. நாம் பட்ஜெட்டை எப்படிப் பார்க்கிறோம்? பட்ஜெட் கல்யாணம், பட்ஜெட் வீடுகள் என்று கேவலமாகத்தான் பேசுகிறோம்.

'பட்ஜெட் போட்டு வாழ்க்கை நடத்த நாமெல்லாம் அன்றாடங் காய்ச்சியா என்ன?' இது மனைவி.

'மாசம் எழுபதாயிரம் சம்பாதிக்கிறேன். நான் எதற்கு பட்ஜெட் போட்டு செலவு செய்யணும்?' இது அசோக்.

எல்லாக் கேள்விகளையும் எதிர்கொள்வது சிரமமாக இருந்தது. எனினும் காசப்பனுக்கு மகிழ்ச்சி. நல்ல விஷயங்களைப் பேசுவது அவருக்குப் பிடிக்கும். குறிப்பாக பணம், நிதி மேலாண்மை பற்றிப் பேசுவது. அவை நல்ல விஷயங்கள் மட்டுமல்ல, அவசியமாகப் பேச வேண்டிய விஷயங்கள் என்பது அவரது எண்ணம்.

'வெல் அசோக், நீங்க எழுபதாயிரம் சம்பாதிக்கறீங்க? அதை என்ன செய்யறீங்க? என்ன செலவு உங்களுக்குக்குன்னு சொல்லுங்க பாக்கலாம்' என்று ஆரம்பித்தார்.

'ஹ ~ம்ம்ம், ஹவுசிங் லோன் 25 ஆயிரம். அப்பறமா பெருசா கமிட்மெண்ட் இல்லைங்க' என்றார் அசோக்.

'ஏங்க, நாதெல்லாவில மூணு கிராம் சீட்டுப் போடறமே. அது ஏழாயிரத்து ஐநூறு ஆகுதுல்ல?' என்று எடுத்துக் கொடுத்தார் மனைவி.

'மாசக் கடைசில எவ்வளவு அக்கவுண்ட் பேலன்ஸ் இருக்கு உங்க கிட்ட?' இது காசப்பனின் கேள்வி.

'என்ன பேலன்ஸ் இருக்கு? 28 ஆம் தேதியே சம்பளம் எப்ப வரும்னு பார்க்க வேண்டியிருக்கு' என்று அசோக் காசப்பனிடம் சொன்னார்.

'25 பிளஸ் 7.5 லேசா 32.5 ஆயிரம். மிச்சம் 37.5 எங்கே போச்சு?'

'மே பீ வேற செலவுகள், மளிகை சாமான், காருக்கு பெட்ரோல், ஹோட்டல் செலவு, சினிமா, அப்படியே போயிடுது. இட் ஜஸ்ட் ஹேப்பன்ஸ் யூ நோ' என்று தோளைக் குலுக்கினார் அசோக்.

'அப்போ யாரு அன்றாடங்காய்ச்சி? தினக்கூலி வாங்குகிறவன் அன்றாடம் வாங்கிக் காய்ச்சுகிறான். மாதச் சம்பளம் வாங்குகிற நீங்கள் மாதாமாதம் வாங்கிக் காய்ச்சுகிறீர்கள். என்ன வித்தியாசம்?'

அசோக் விழித்தார். காசப்பன் தொடர்ந்தார்.

'37.5 ஆயிரத்துல செலவு பத்தாயிரம், இல்லை பன்னிரண்டு ஆயிரம் போனாலும் மீதி 25 ஆயிரம் எதிலாவது இன்வெஸ்ட் செய்யலாம் இல்லையா? ஏன் முடியயவில்லை? நீங்கள் மாதத் துவக்கத்தில் திட்டமிடவில்லை. அத்தியாவசியத் தேவை களுக்கு இவ்வளவு, ஆடம்பரத் தேவைகளுக்கு இவ்வளவு, எதிர்பாராத செலவுகளுக்கு இவ்வளவு, அது போக முதலீடு மற்றும் நீண்ட காலச் சேமிப்புக்கு இவ்வளவுன்னு எழுபதா யிரத்தைத் திட்டமிட்டு ஒதுக்கி வைக்கறீங்களா? அதுக்குப் பேர்தான் பட்ஜெட் போடறது. இப்படிச் செய்வது வெட்கக் கேடான மேட்டர் இல்லை. எல்லா கவர்மென்டும் பட்ஜெட் போடுது. எல்லா கம்பெனியும் போடுது. எல்லாக் குடும்பமும் போடணும். அப்பத்தான் நீண்ட கால முதலீட்டுக்குனு ஒதுக்கின பணத்தில ஓட்டல், பொழுதுபோக்கு, வெட்டி ஷாப்பிங்னு வேஸ்ட் பண்ண மாட்டீங்க'.

அசோக்கின் மனைவி இடைமறித்தார்.

'ஒதுக்குன தொகைக்கு மேல செலவு செய்யக்கூடாது. தவிர்க்க முடியலைன்னா ஓகே. அடுத்த மாச பட்ஜெட்ல அதுக்கு ஏத்த மாதிரி பிளான் பண்ணிக்கலாம். முடிஞ்ச வரைக்கும் பட்ஜெட்டை பிராக்டிக்கலா போடணும். போட்டபடி டிசிப்ளினா செலவு செஞ்சு அதைக் கடை பிடிக்கணும்'.

அசோக்கோடு சேர்ந்து காசப்பனும் சிரித்தார், டிசிப்ளினாக.

8

ஏன் பங்குச்சந்தை?

எங்கள் அபார்ட்மெண்ட் வளாகத்தில் தினமும் மாலை வாக்கிங் போனால் சுவாரசியமான உரையாடல்கள் காதில் விழும். நின்று அறிமுகப்படுத்திப் பேசினால் புதிதாக நண்பர்களை உருவாக்கிக் கொள்ள முடியும். அப்படி அறிமுகமான மனிதர் ரங்கராஜன்.

அவரைப் பற்றிச் சொல்வதென்றால், ஜாலியான மனிதர். அரசுப் பணியில் இருந்து ஓய்வு பெற்று மாலை நேரங்களில் சக வயது ஆட்களோடு அரட்டையடித்துக் கொண்டு உல்லாசமாகப் பொழுதைக் கழிப்பவர்.

அவரோடு சேர்ந்து மூத்த குடிமக்கள் சிலரோடு பழக்கம் உருவானது. அவர்கள் பேசும் கதைகள், பழைய நினைவுகள் ஆகியவற்றைக் கேட்க சுவையாக இருக்கும். அதிலும் குறிப்பாக முதலீடுகளைப் பற்றிப் பேசுவதைப் பற்றிக் கேட்பது இனிமை யான அனுபவம். அதில் மற்றவர்களைக் கேட்க வைத்து ரங்கராஜன் விளாசிச் தள்ளுவார்.

அவர்தான், 'ஷேர் மார்க்கெட்டா? அது சூதாட்டமாச்சே?' என்றார் ஒரு நாள்.

'எதை வைத்து அப்படிச் சொல்றீங்க?' என்று கேட்டேன்.

'இப்ப நாம வீடு வாங்கறோம். நகை வாங்கறோம். இடம் வாங்கறோம். இதெல்லாம் நம் கண்ணுக்கு முன்னால் நமக்கே நமக்கென்று இருக்கும் உடைமைகள். விலை குறைந்தாலும் கூடினாலும் அவை நம்மை விட்டுச் செல்லாது. ஸ்திரமான சொத்தல்லவா அதுகள்? ஷேர் அப்படியா?'

அவர் கேட்டது நியாயமாகத்தான் பட்டது. வாழ்நாள் முழுவதும் உழைத்துச் சேர்த்த காசு. அதைப் பத்திரமாக வைத்திருப்பது முக்கியம். அதற்குப் பிறகுதான் அந்தப் பணம் வளர்வது, பெருகுவது எல்லாம். ரங்கராஜனின் பயம் நியாயமாக இருந்தது.

அவரைப் போலவே நம்மில் பல பேர் உள்ளோம். பல பேர் என்ன, கிட்டத்தட்ட எல்லோருமே அப்படித்தான். ஐந்தாண்டு களுக்கு முன்னர் எகனாமிஸ்ட் பத்திரிக்கையின் கணிப்பின் படி இந்தியாவில் 0.7 சதவீதம் குடும்பங்கள் மட்டுமே பங்குகளில் முதலீடு செய்தன. இப்போது அதிகபட்சம் இது 1 சதவீதமாகக் கூடியிருக்கலாம்.

பங்குச்சந்தையை ரிஸ்க்கான முதலீடு என்கிறவர்கள் ஒரு பக்கம். சூதாட்டம் என்று வர்ணிக்கிறவர்கள் ஒரு பக்கம். இவர்களால் குழப்பப்பட்டு 'அப்படித்தான் போல' என ஓரமாக ஒதுங்கிப் போகிறவர்கள் இன்னொரு பக்கம். இவர்களால் ஆனதுதான் சமுதாயம். ஆனால் இதே சமுதாயத்தில் வெற்றிகரமாக, லாபகர மாக பங்குகளில் முதலீடு செய்து ஜாலிக்கிறவர்களும் இருக்கிறார்கள்.

சொல்லப் போனால் பங்கு முதலீடுகள் மற்ற முதலீட்டு வழிமுறைகளைக் காட்டிலும் கூடுதலான அனுகூலங்களைக் கொண்டது. பிற சேமிப்பு மற்றும் முதலீடுகளைவிட வேகமாக வளரக் கூடியது. பணவீக்கத்தைவிட அதிகமாக வளரும் தன்மை கொண்ட சாத்தியங்களைத் தன்னகத்தே கொண்டது. நீண்டகால அடிப்படையில் நோக்கினால் பங்குச் சந்தை குறியீட்டு எண்கள் (சென்செக்ஸ் - நிஃப்டி) தங்கம், ரியல் எஸ்டேட் ஆகியவற்றை விட அதிகமாக வளர்ந்திருப்பதை ஏராளமான ஆய்வுகளில் காண்கிறோம்.

நம்மைப் போன்ற தனி மனிதர்களைப் பொருத்த மட்டில் ஷேர் மார்க்கெட்டில் முறையாகச் செய்யப்படும் முதலீடுக்கு இணையாக வேறெதுவும் இல்லை. சென்னை மாதிரி ஊர்களில் வீடு வாங்க நாற்பது லட்சம், ஐம்பது லட்சம் ஆகும். (வீடுகள் முதலீடா இல்லையா என்பது வேறு விவாதப் பொருள்). ஆனால் ஷேர் மார்க்கெடில் முதலீடு செய்ய வெறும் ஐயாயிரம் இருந்தால் போதும். ஐயாயிர ரூபாயும் சரி, ஐம்பது லட்ச ரூபாயும் சரி. இரண்டுமே அங்கே செல்லுபடியாகும்.

ஆனால் இங்கே பிரச்சினை ஷேர் மார்க்கெட்டைப் பற்றி தெரிந்துகொள்ளாமலே இருப்பது. அதைப் பற்றித் தெரியாமலேயே மோசமென்று பேசுவது. சூதாட்டமென்று விலகிச் செல்வது! இன்னும் நாலு பேரை முதலீடு செய்ய விடாமல் தடுப்பது!

'இப்ப மார்க்கெட் 28,000 புள்ளிக்கு மேலே போகுது. அதனால பங்குச் சந்தை சூப்பர்னு சொல்றீங்க. இதே மார்க்கெட் 15,000 புள்ளியில இருந்தப்ப நீங்க இன்வெஸ்ட் பண்ணச் சொன்னீங்களா?' என்று ரங்கராஜன் கேள்வி எழுப்பினார்.

மிக முக்கியமான கேள்வி. பங்குச்சந்தையில் விலை குறைவாக இருக்கும்போது முதலீடு செய்யச் சொல்லி யாரும் சொல்வதில்லை. விற்கச் சொல்லித்தான் அனைவரும் அறிவுறுத்துவார்கள். அங்கே பணத்தை இழந்து விரலைச் சுட்டுக் கொண்ட சாமானியரும், தொலைக்காட்சியில் தோன்றி கருத்துச் சொல்லும் வல்லுனர்களும் ஒரே மாதிரி அச்சுறுத்துவார்கள்.

ஆணும் பெண்ணும் இந்தப் பூமியில் பல்லாயிரக் கணக்கான ஆண்டுகள் சேர்ந்து வாழ்ந்திருக்கிறார்கள். எனினும் ஒவ்வொரு ஆணும் பெண்ணும் திருமணம் செய்து வாழும்போது அவர்களுக்குள் பிணக்குகள், புரிதல் பிரச்னைகள் எழுகின்றன. ஒவ்வொரு உறவும் அ, ஆ வில் இருந்தே தொடங்குகிறது. ஒரு ஆண் பெண்ணையும், பெண் ஆணையும் புரிந்துகொள்வது அத்தனை சிக்கலாக இருக்கிறது.

பங்குச் சந்தையும் அப்படித்தான். அது சிக்கலான, அதே சமயம் சுவாரசியமான விலங்கு. சர்வநிச்சயமாக அது சீட்டாட்ட கிளப் அல்ல. பெரிய நிறுவனங்களில் நமக்கிருக்கும் பார்ட்னர்ஷிப்பை (ஷேர் அல்லது பங்குகளை) விற்று வாங்கும் ஓர் அமைப்பு.

பணத்தைப் பற்றிய அணுகுமுறை - புரிதலைப் போலவே பங்குச் சந்தையைப் பற்றிய அணுகுமுறையும் மாற வேண்டும். மாற்றுவோம்.

9

சிறுதுளி பெரு வெள்ளம்

நாங்கள் குடியிருக்கும் அடுக்குமாடிக் குடியிருப்புக்குக் கீழே அந்த அபார்ட்மெண்டைக் கட்டிய பில்டரின் ஆள்கள் பூக்காத செடிகளையும், இடுப்புக்கு மேலே வளராத மரங்களையும் நட்டு வைத்திருக்கிறார்கள். நான் ஆர்வக் கோளாறில் மூன்று வேப்ப மரக்கன்றுகளைக் கொண்டு வந்து நட்டு வைத்தேன்.

அதற்குப் பிறகு சென்னையில் மழையே இல்லை. ஆகவே ஒரு நாள் விட்டு ஒரு நாள் பக்கெட்டில் தண்ணீர் ஊற்ற வேண்டிய நிலை. மூன்று மாதங்களுக்காவது அப்படிச் செய்தாலன்றி அவை காய்ந்து போகும்.

மாலை வேளையில் தண்ணீர் ஊற்றச் செல்லும் போது கீழே விளையாடும் இரண்டு பொடியன்களுக்கு ஆர்வம் கூடி விட்டது. பக்கெட்டை நிரப்பிக் கொண்டு வந்து வைத்தால் போதும். அவர்களே அள்ளி ஊற்றிவிடுவார்கள். அதிலும் ஆளுக்கொரு செடியாகப் பிரித்து வைத்துக் கொண்டு ரகளை செய்து விடுவார்கள்.

இரண்டு பொடியன்களும் ஒரு வாரம் ஆர்வமாக என்னோடு வந்து தண்ணீர் ஊற்றினார்கள். அடுத்த வாரமும் ஊற்ற வந்தார்கள். ஆனால் ஆர்வம் மட்டுப்பட்டிருந்தது. மூன்றாவது வாரம் வரவேயில்லை. இழுத்துப் பிடித்து விசாரித்தால், 'போங்க அங்கிள் நாங்களும் ஊத்தி ஊத்திப் பாக்கறோம், மரம் பெருசாகவே இல்லை!' என்று விளையாட ஓடிப் போனார்கள்.

விதை முளைத்தவுடன் விருட்சமாகி விடுவதில்லை. ஆனால் அதற்காக விதைக்குள் விருட்சம் ஒளிந்திருக்கும் உண்மையை

மறப்பது நல்லதல்ல. விதை முளைத்து, செடியாகி, மரமாக வளர்வதற்குக் காலம் பிடிக்கும். அது சுவாரசியம் இல்லாத, சலிப்பூட்டும் அனுபவம். இன்றைய ஜெட் வேக உலகத்தில் நடைமுறைக்கு ஒவ்வாத சங்கதியாகக்கூடத் தெரியலாம்.

எது எப்படியாயினும் அதுவே நியதி. அதுதான் இயற்கை. விவசாயமே இயற்கைதானே நண்பர்களே? ஆனால் இன்றைக்கு 'இயற்கை விவசாயம்' என்று விளம்பரம் செய்கிறார்கள். அப்படியிருக்கிறது நிலைமை. இது 20:20 யுகம். இதில் டெஸ்ட் கிரிக்கெட் வழக்கொழிந்து விட்டதாகக் கருதுகிறோம். நாம் உறங்கி, கண் விழிப்பதற்குள் விதை மரமாகிவிடுவதில்லை. பிறந்த குழந்தை எழுந்து ஓடுவதில்லை.

முதலீடுகளையும் அப்படித்தான் நோக்கவேண்டும். அவற்றை நீண்டகால நோக்கில் அணுக வேண்டும். 'ஒரு லட்சம் இருக்கு. மூனு மாசம் ஏதாவது ஷேர்ல போடலாம். அதிகம் வேண்டாம். ஜஸ்ட் 20 பர்செண்ட் ஏறினா போதும்' என பல பேர் சொல்லக் கேட்டிருக்கிறேன்.

அவர்களிடம் 'போதுமா?' என்றே கேட்கத் தோன்றும்.

மூன்று மாதத்தில் 20 சதவீதம் எதிர்பார்த்து விதை போட்டதும் விருட்சமாக வேண்டுமென அதீத ஆசையை உருவாக்கி யிருக்கும் நாம் ஷேர் மார்க்கெட்டைப் பார்த்து சூதாட்டம் என்று சொல்வதுதான் வேடிக்கை.

ஒரே மாதிரி வேலை பார்க்கும் இருவரை, ஒரே மாதிரி சம்பாதிக்கும் இருவரை வேறுபடுத்திக் காட்டுவது அவர்கள் அந்தப் பணத்தை நிர்வகிக்கும் தன்மைதான். ஃபினான்ஷியல் ஒழுக்கம் தனித்துறை. விதை போட்டால் மரமாவதற்குப் பல வருடமாகும் என்பதற்காக விதையே போடாமல் காலம் தாழ்த்துவதில் பல பேருடைய தோல்வி தொடங்குகிறது.

ஒரு பையன் கல்லூரிப் படிப்பு முடிந்து 21 வயதில் வேலைக்குச் செல்ல ஆரம்பிக்கிறான் என்று வைத்துக் கொள்வோம். மாதாமாதம் ஆயிரம் ரூபாயை அவன் உண்டியலில் போட்டு வைத்துச் சேமிக்கிறான். அவன் அவராகி, 58 வயதில் ஓய்வுபெறும் வரைக்கும் சேமிக்கிறான். ஓய்வு பெற்றதும் உண்டியலைத் திறந்து பார்த்தால் ரூ 4.44 லட்சம் சேர்ந்திருக்கும். இந்தச் சேமிப்பு அடிப்படை ஒழுக்கத்தினால் விளைந்தது.

அதே பையன் உண்டியலில் போடுவதற்குப் பதிலாக 8% வட்டி கொடுக்கும் வங்கி ஒன்றில் டெபாசிட் செய்கிறான். எட்டு சதவீதம் ஒன்றும் சுவாரசியமான வட்டி வீதமல்ல. மந்தமான, சலிப்பூட்டும் வட்டிதான். ஆனாலும் மாதாமாதம் ஆயிரம் ரூபாயை அதில் இட்டு வைத்தால் அவனது 58 ஆவது வயதில் ரூ 27.16 லட்சமாகச் சேர்ந்திருக்கும்.

வெறும் எட்டு விழுக்காடு ரூ 4.44 லட்சத்தை ரூ 27.16 லட்சமாக உயர்த்தியிருக்கிறது. முடிவாக 612% கூடுதல் தொகை கிடைக்கிறது.

சரி, அந்தப் பையன் பணத்தை வங்கியில் டெபாசிட் செய்யாமல் மியூச்சுவல் ஃபண்ட் எனப்படும் பரஸ்பர நிதித் திட்டமொன்றில் முதலீடு செய்கிறான். அதே மாதம் ஆயிர ரூபாய் கணக்கில் செய்யும் முதலீடு ஆண்டுக்கு 15% வளர்கிறது என்று கருதுவோம். அத்தகைய முதலீடு 58 வயதின் முடிவில் ரூ 1.98 கோடியாகப் பெருகியிருக்கும்.

இதே ஆயிரம் ரூபாயை 21 வயதுக்குப் பதில் 31 வயதில் முதலீடு செய்ய ஆரம்பித்தால் 58 வயதில் என்ன கிடைக்கும் தெரியுமா? உண்டியலில் ரூ 4.4 லட்சத்துக்குப் பதில் ரூ 3.24 லட்சமாகவும், வங்கியில் ரூ 27.16 லட்சத்துக்குப் பதில் ரூ 11.41 லட்சமாகவும், மியூச்சுவல் ஃபண்டில் ரூ 1.98 கோடிக்குப் பதில் ரூ 43.98 லட்சமாகவும் சுருங்கியிருக்கும்.

அதுதான் விதையின் மகத்துவம். விதைகளை இன்றே ஊன்றி நீரூற்றுங்கள். இந்த வயசில் ஜாலியாக இருப்போம். சேமிக்கவோ, முதலீடு செய்யவோ என்ன அவசரம் என்று நினைக்காதீர்கள்.

10

வருமான வரி முதலீடுகள்

சசிகுமார் படம் ஒன்றில் ஒரு வசனம் வரும். 'மதுரைக்காரங்க மட்டந்தான்டா பழக்கத்துக்காக கொலை பண்றவங்க.' டிசம்பர் மற்றும் ஜனவரி மாதங்களில் நடக்கும் கூத்தைப் பார்த்தால் எனக்கு அப்படித்தான் தோன்றுகிறது.

'வருமான வரிக்காக இன்வெஸ்ட் செய்யணும்' என்று திரும்பிய பக்கமெல்லாம் சொல்கிறார்கள். இதில் மதுரைக்கார ஆட்கள் என்றில்லை. காஷ்மிர் முதல் கன்னியாக்குமாரி வரைக்கும் எல்லா ஊரிலும் இதே மந்திரம்தான்.

வருமான வரிச் சேமிப்பு என்ற பெயரில் மாதாந்திரச் சம்பளம் வாங்கும் ஆள்களைச் சுற்றி வட்டமிடும் வல்லூறுகள் அநேகம். எனக்குத் தெரிந்த ஒரு பெண் மூன்று மாதமாக ஊருக்குப் போகாமல் இருக்கிறாள். சமீபத்தில்தான் அவளுக்கு வேலை கிடைத்து சென்னைக்கு வந்திருக்கிறாள்.

ஏன் போகவில்லை என்று கேட்டால், 'நான் போனாலே கணேசமூர்த்தி அங்கிள் வந்திருவார். அவர் கிட்ட எஸ்கேப் ஆகவே முடியாது' என்று பதில் வருகிறது. கணேசமூர்த்தி அவர்களது குடும்ப நண்பர். பரம்பரை இன்சூரஸ் ஏஜென்ட். பாகற்காயா, அடடே இனிக்குமே என்று பேசிச் சம்மதிக்க வைக்கும் வல்லமை கொண்டவர். அவரைத் தவிர்ப்பதற் காகவே பெற்றோரைக் கூடப் பார்க்கப் போகாமல் இருக்கிறாள் இந்தப் பெண்.

பல வருடங்களாக எனக்குத் தெரிந்த நண்பர் ஒருவர் வேடிக்கை யாகச் சொல்வார்: 'செக்ஸுக்காக கல்யாணம் செஞ்சுக்கறது

பால் வேணும்ங்கறதுக்காக பசு மாட்டை வாங்கிக் கட்டி மேய்க்கிற மாதிரி.' ஆணாதிக்கப் பார்வை கொண்ட கமெண்டாகத் தோன்றக்கூடும். ஆனால் உண்மையில் மனிதர் மனைவிக்குப் பயந்து நடக்கும் சுபாவம் உடையவர்.

அந்த மாதிரித்தான் இருக்கிறது வருமான வரிக்காக இன்சூரன்ஸ் ஏஜென்டிடம் முதலீடு செய்வது. வாரன் பஃபட் ஒரு முறை, 'உங்களுக்கு முடி வெட்ட வேண்டுமா வேண்டாமா என்பதை சலூன் கடைக்காரரிடம் கேட்காதீர்கள்' என்று சொன்னதுதான் நினைவுக்கு வருகிறது.

நமது இன்சூரன்ஸ் ஏஜென்டுகள் நமக்குச் சொல்லும் திட்டங்கள் அனைத்தும் endowment திட்டங்கள். இவை முதலீடுகள் அல்ல. முழுக்க முழுக்க இன்சூரன்ஸும் அல்ல. சேமிப்பும், இன்சூரன்ஸும் சேர்ந்த கலவை. இந்தத் திட்டங்களில் பணத்தைப் போட்டால் புலி வாலைப் பிடித்த கதையாகி விடும். ஒரு வருடத்தோடு முடிகிற கதையல்ல. பதினைந்து அல்லது இருபது வருடங்களுக்குச் சிக்க வைத்து விடுவார்கள்.

இப்போது வேலைக்குச் சேர்ந்த புதிதில் குடும்ப நண்பரான இன்சூரன்ஸ் ஏஜென்ட் சொல்லக் கேட்டு ஆண்டுக்கு நாற்பதாயிரம், ஐம்பதாயிரம் என்று தலையைக் கொடுத்து விட்டால் பிறகு விடுபட முடியாது. இன்னும் சில வருடங்களில் ஹவுசிங் லோன் முதலிய சங்கதிகள் உங்கள் வருமான வரியை முற்றிலுமாகக் கவனித்துக் கொள்ளும். அப்போது இன்சூரன்ஸ் என்ற பெயரில் தேவையில்லாமல் வருடந்தோறும் பெருந்தொகை ஒதுக்குவது சுமையாக அழுத்தும். பதினைந்து ஆண்டுகளோ, இருபது ஆண்டுகளோ கழித்துப் பார்த்தால் அந்த பாலிசியில் இருந்து திரும்பக் கிடைக்கும் பணத்தை வைத்து குடும்பத்தோடு ஒரு முறை ஆல்-இண்டியா சுற்றுலா சென்று வரலாம். அவ்வளவுதான்!

அதற்குப் பதிலாக ஒரே ஒரு வருடம் மட்டும் என்ன தொகையச் சேமிக்க வேண்டுமோ அதை மட்டும் வருமான வரி விலக்கு தருகிற மியூச்சுவல் ஃபண்ட் (பரஸ்பர நிதி) திட்டம் ஒன்றில் போட்டு வைக்கலாம். அடுத்த வருடத்தின் திட்டம் அடுத்த வருடம். அப்போது என்ன மாதிரி பட்ஜெட் வருகிறதோ, என்ன மாதிரியான வரி விலக்குகள் அமலுக்கு வரப் போகின்றனவோ!

அதனால் ஒரு போதும் வருமான வரிச் சேமிப்புக்காக இன்சூரன்ஸ் ஏஜென்டை நாடாதீர்கள். நிதித்துறை விழிப்புணர்வின் பாலபாடம் இது. இங்கே விற்பனைப் பிரதிநிதிகளும் முகவர்களும் 'நிதி ஆலோசகர்' என்ற பெயரில் இயங்குகிறார்கள். ஆனால் உண்மையில் அவர்கள் சேல்ஸ்மேனாகவே செயல்படுகிறார்கள். பாலிசியை விற்பதால் கிடைக்கும் கமிஷனில் வருமானம் ஈட்டுகிறார்கள். (மருத்துவர்களே அப்படித்தான் என நீங்கள் நினைத்தால் நிர்வாகம் பொறுப்பல்ல).

ஒரு கனமான பாலிசியில் உங்களைக் கோர்த்துவிட்டால் அவருக்கு ஆயிரக் கணக்கில் கமிஷன் கிடைக்கும். உங்களது தேவை அல்லது நலனைவிட அவரது வணிக நலனே முன்னுக்கு நிற்கும். இதுவே கமிஷன் அடிப்படையிலான நிதிச் சேவையில் பொதிந்துள்ள சிக்கல். உண்மையான ஆலோசகர் அல்லது கல்சல்டண்ட் எனப்படுபவர் உங்களுக்கு எதையும் விற்க மாட்டார். உங்களுக்கு ஆலோசனை மட்டும் வழங்குவார். அதன்படி நீங்கள் முடிவெடுத்துச் செயல்படலாம்.

அப்படிப்பட்ட ஆலோசகர்கள் கமிஷன்மூலம் வருமானம் ஈட்டுவதற்குப் பதிலாக உங்களிடத்தில் ஆலோசனைக் கட்டணம் பெறுவார்கள். ஐநூறோ, ஆயிரமோ, ஐயாயிரமோ விரலுக்குத் தக்க வீக்கமாக வசூலிக்கலாம். இத்தகைய வழிமுறையில் உங்கள் நலனுக்கும், ஆலோசகரின் நலனுக்கும் முரண்கள் தோன்றாது. அதுவே முறையானதும் அவசிய மானதும் ஆகும்.

ஆனால் அந்த அளவுக்கெல்லாம் நாம் பக்குவமடைந்து விடவில்லை. அதற்காக இன்னும் எத்தனை நாளுக்குத்தான் பழக்கத்துக்காகக் கொலை செய்கிறவர்களாகவும், வருமான வரிச் சேமிப்புக்காக இன்சூரன்ஸ் ஏஜென்டைத் தேடுகிறவர் களாகவும் இருப்பது?

11

வாரன் பஃபட்டே சொல்லிட்டாராம்

'எப்படி ஆரம்பிக்கறதுன்னு தெரியல' என்றார் சுரேஷ்.

'எதை ஆரம்பிக்கணும்?' எனத் திருப்பிக் கேட்டதற்கு, தன்னிடம் அறுபதாயிரம் ரூபாய் இருப்பதாகவும், அதை ஷேர் மார்க்கெட்டில் 'போட' வேண்டும் என்றும் சொன்னார்.

அந்த உரையாடல் நடந்தபோது நண்பர் காசப்பனும் அருகில் இருந்தார். இப்படியான பேச்சைக் கேட்டால் மனிதர் குஷியாகி விடுவார்.

சுரேஷைப் பார்த்து, 'ஷேர் மார்க்கெட்ல போட்டு?' என கிண்டலாகக் கேட்டார்.

'ஒரு மூணு மாசம் கழிச்சு திரும்ப எடுத்துக்க வேண்டியதுதான். இருபது பர்சண்ட் ஏறுச்சுனா போதும். எனக்கு அதிக ஆசை யெல்லாம் கிடையாது. நீங்களே சொல்லுங்க. என்ன ஷேர்ல போடலாம்னு.'

'சுரேஷ், நீங்க ஏன் பிசினஸ் பண்ணக்கூடாது? நீங்களே பண்ணனும்னுகூடக் கிடையாது. யாராவது நண்பர்கள் புதுசா முயற்சி செஞ்சா நீங்க கூடச் சேர்ந்து அதுல பணம் மட்டும் இன்வெஸ்ட் செய்யலாமே?' என்றார் காசப்பன்.

உதட்டைப் பிதுக்கிக் காட்டிய சுரேஷிடம், 'என் நண்பர் ஒருத்தர். செக்கில் ஆட்டிய கடலை எண்ணெயை தமிழ்நாடு முழுக்கா சப்ளை செய்யப் போறார். அதுக்கு முதலீடு தேவைப்படுது. நீங்க பார்ட்னரா சேந்துக்கறீங்களா?' என யோசனை கேட்டார் காசப்பன்.

சுரேஷ் சிந்தனையில் ஆழ்ந்தார். அவருக்குள் ஆயிரம் எண்ண ஓட்டங்கள். நல்ல யோசனைதான். நாம் அன்றாட அலுவல் களைக் கவனிக்க வேண்டியதில்லை. எப்படியும் காசப்பன் சொல்கிற ஆள் கவனித்துக் கொள்வார். லாபத்தில் நமக்குச் சேர வேண்டிய பங்கினைச் சரியாகப் பகிர்ந்து கொடுத்து விட்டால் சரி. காசப்பனின் நண்பர் என்றால் நம்பகமான ஆளாகத்தான் இருப்பார்.

இருந்தாலும் அவருக்கு சந்தேகம் பிளஸ் குழப்பம். திரும்பிய பக்கமெல்லாம் சன்ஃபிளவர் ஆயில், ஆலிவ் ஆயில் என பெரிய நிறுவனங்கள் பெரிய அளவில் பிராண்ட் இமேஜை உருவாக்கி விற்றுத் தள்ளுகின்றன. இந்த நபர் செக்கில் ஆட்டும் எண்ணெயை எப்படி தமிழ்நாடு முழுவதும் விற்பார்? தாக்குப் பிடிக்க முடியுமா? ஒரு வேளை பிசினஸில் நட்டம் ஏற்பட்டால் நாம் முதலீடு செய்யும் பணம்?

'என்ன பாஸ் யோசிக்கறீங்க?' என காசப்பன் சுரேஷின் யோசனையைக் கலைத்தார்.

'இல்லங்க, அந்த பிசினஸ்ல பணம் போட்டா எத்தனை வருசம் கழிச்சு திரும்பக் கிடைக்கும்? எத்தனை நாளுக்குப் பிறகு லாபம் வரும்? பிசினஸ் அனுகூலம் என்ன? ரிஸ்க் என்னென்ன இருக்கு? எவ்வளவு மார்ஜின் வரும்? அவரோட பேசிப் பாக்கலாமா?' கேள்விகளை, சந்தேகங்களை வரிசையாக அடுக்கினார் சுரேஷ்.

நான் அமைதியாகப் பார்த்துக்கொண்டேயிருந்த போது, 'பாஸ் அப்படியெல்லாம் ஒரு நண்பரே இல்லை. சும்மா நீங்க என்ன சொல்றீங்கன்னு தெரிஞ்சுக்கறதுக்காகத்தான் கேட்டேன். முக்கியமா கேக்கணும்னு நெனைச்சேன். பணம் போட்டு மூணு மாசத்துல திரும்ப எடுக்கணும்னு சொன்னீங்க. அதை இப்ப குறிப்பிடவே இல்லை?' என்று காசப்பன் சிரித்தார்.

அதற்கு சுரேஷ், 'அது எப்படிங்க? விநியோக நெட்வொர்க், மார்க்கெட்டிங் சேனல் எல்லாம் ஸ்திரம் பண்ணி சகஜமா வியாபாரம் நடக்க ஒரு வருஜமாவது ஆகாது? ஒரு இரண்டு மூணு வருஷமாவது ஆன பின்னாடிதான் நாம செஞ்ச முதலீடு பிசினஸ்ல வளரும்' என்று பதில் கூறினார்.

'அப்ப ஷேர் மார்கெட்ல மட்டும் மூணு மாசத்துல பணத்தைத் திருப்பி எடுக்கணும்ங்கறீங்க?' என நான் எதிர்பார்த்த

கேள்வியைக் கேட்டார் காசப்பன். அதற்கு மேல் சுரேஷ் பேசவில்லை. இது காசப்பன் பேச வேண்டிய இடம்.

'ஷேர் மார்க்கெட் என்பதை ஒரு நிமிஷம் மறந்துருங்க. நீங்க எனது நண்பரோட இணைஞ்சு பிசினஸ்ல பார்ட்னரா ஆகற மாதிரிதான் ஷேர்ஸ். ஒரு கம்பெனி இருக்குதுன்னா, உதாரணத்துக்கு இன்ஃபோசிஸ், ஸ்டேட் பேங்க் இப்படி எதை வேணும்னாலும் எடுத்துக்குங்க. அதுல நீங்க வாங்குற ஷேருக்குத் தகுந்தபடி உங்களோட பங்கு அந்த கம்பெனியில இருக்கும். அப்ப உங்க மனநிலை எப்படி இருக்கணும்? வாங்கி விக்கிற மனநிலைல இருந்தா ஆபத்து. ஏன்னா வாங்கி விக்கிறவன் வியாபாரி. சில பேர் அவங்களைச் சூதாடன்னு சொல்றாங்க, அது தப்பில்ல. ஏன்னா அது அவங்க சாய்ஸ். ஆனா நாம வியாபாரியோ, சூதாடியோ கிடையாது, முதலீட்டாளர்கள். பங்குதாரர்கள். ரண்டு பேர் ஒன்றுசேர்ந்து பிசினஸ் ஆரம்பிக்கிறப்ப என்னென்ன யோசிக்கணுமோ அதே மாதிரி இரண்டு லட்சம் பேரு ஒன்னா சேர்ந்து செய்யற பிசினஸ்னு நெனைச்சு பணம் போடணும்'

'அப்ப ஷேர் மார்க்கெட்ல விலை ஏறுது இறங்குதுன்னு கவனிக்க வேண்டாமா?' என நியாயமான கேள்வியைக் கேட்டார் சுரேஷ்.

'இப்ப நூறு கோடி லாபம் சம்பாதிக்கிற உங்க கம்பெனி நாலு வருஷத்துல ஆயிரம் கோடி லாபம் சம்பாதிக்க ஆரம்பிச்சா நாய்க்குட்டி மாதிரி ஷேர் மார்க்கெட்ல பங்கு விலை ஏறப் போகுது. வாரன் பஃபட் என்ன சொல்லிருக்காரு தெரியுமா? நான் ஒரு கம்பெனில ஷேர் வாங்கின பின்னாடி ஷேர் மார்க்கெட் ஐந்து வருஷம் மூடியிருந்தாலும் கவலைப்படமாட்டேன் அப்படீன்னு சொல்லியிருக்காரு' என காசப்பன் சொல்லச் சொல்ல சுரேஷ் தனது ஸ்மார்ட் போனில் எதையோ நோண்ட ஆரம்பித்தார்.

எட்டிப் பார்த்தால் 'வாரன் பஃபெட்' என கூகிள் செய்து கொண்டிருந்தார். காசப்பன் 'நான் இன்னும் முடிக்கவில்லை' என்பது போலப் பார்த்தார்.

12

மிஸ்டர் மார்க்கெட்

ஒரு மருந்தை மார்க்கெட் செய்வதற்குச் சுலபமான வழி வியாதியை மார்க்கெட் செய்வதுதான். எதாவது ஒரு மருந்தைக் கண்டுபிடித்த பிறகு அதைச் சந்தையில் 'தள்ளுவது' மிக இயல்பாக நடக்கிற காரியமாக இருக்கிறது.

இப்படிப்பட்ட பின்னணியில் இளம்பிள்ளைவாதம் எனப்படும் போலியோவுக்கு மருந்து கண்டு பிடித்த Jonas Salk அதற்கு காப்புரியை பெறவேயில்லை என்ற செய்தி ஆச்சரியம் தருகிறது. கேட்டதற்கு, 'சூரியனுக்கு யாராவது காப்புரிமை பெறுவார்களா?' என்று கேட்டாராம். அவர் மட்டும் பேட்டெண்ட் வாங்கி வைத்திருந்தால் உலகின் மிகப் பெரும் செல்வந்தராக மாறியிருப்பாரோ என்னவோ!

போலியோ மருந்தைப் போல காப்புரிமை வாங்க முடியாத இன்னொரு விஷயம் மிஸ்டர் மார்க்கெட் அணுகுமுறை. அதைச் சொன்னவர் பெஞ்சமின் கிரஹாம். இவர் பங்கு முதலீட்டின் தந்தை எனப்படுகிறார். பங்குச் சந்தையின் சூர்ப்பர் ஸ்டார் அல்லது கடவுள் எனக் கருதப்படும் வாரன் பஃபெட்டின் வாத்தியார் இந்த பெஞ்சமின் கிரஹாம்.

அவர் சொன்ன மிஸ்டர் மார்க்கெட்டின் சாராம்சம்:

'நாமும், மிஸ்டர் மார்க்கெட் என்கிற ஆளும் ஒன்றாகச் சேர்ந்து கூட்டாக ஒரு பிசினஸ் செய்கிறோம் என்று வைத்துக் கொள்ளுங்கள். இருவரும் பார்ட்னர்கள். தினமும் காலையில் வந்ததும், 'என்னோட பங்கை நீங்க வாங்கிக்குங்க. இந்த விலைக்குத் தருகிறேன். இல்லேன்னா நீங்க வித்திருங்க நான்

இன்ன விலைக்கு வாங்கிக்கறேன்' என்பார். நமது பிசினஸ் நேற்றும், இன்றும் ஒரே மாதிரித்தான் ஓடிக்கொண்டிருக்கும். ஆனால் நமது பார்ட்னர் நேற்று ஒரு விலை சொல்வார். இன்றொரு விலை சொல்லுவார். நாளுக்கு நாள் என்ன, நிமிடத்துக்கு நிமிடம்கூட அவரது யூகம் மாறிக் கொண்டேயிருக்கும்.

சில நேரங்களில் நண்பர் ஜாலி மூடில் இருப்பார். அப்போது பிரகாசமான எதிர்காலம் மட்டுமே அவர் கண்ணில் படும். அந்த மூடில் நமது ஷேரை வாங்குவதற்கு என்ன விலை வேண்டு மானாலும் கொடுக்கத் தயங்க மாட்டார். பிசினஸில் நிறைய லாபம் வரும் என்கிற கணிப்பும், அந்த லாபத்தை நமக்கு விட்டுக் கொடுக்காமல் தானே வாங்கிப் போடவேண்டும் என்ற தவிப்பும் அவருக்கு இருக்கும். எப்பாடு பட்டாவது நமது பார்ட்னர்ஷிப்பைத் தனதாக்கிக் கொள்ள முயல்வார்.

அலைபாயும் மனதுக்குச் சொந்தக்காரர் மிஸ்டர் மார்க்கெட். வேறு சில நேரங்களில் அவர் சோர்ந்து போய் விடுவார். பிசினஸுக்கு மட்டுமல்ல, உலகத்துக்கே கெட்ட காலம் என நினைப்பார். எதோ ஒரு விலைக்கு அவரது பங்கினை நமக்குக் கொடுத்துவிட்டு ஓட விரும்புவார். 'நீங்க பாத்து என்ன தந்தாலும் சரி' என்ற நிலையில் இருப்பார். அடி மாட்டு விலைக்குக் கேட்டாலும் ஒப்புக் கொள்வார்.

நண்பருக்கு இருக்கும் நல்ல குணம் நாம் அவரை எவ்வளவு உதாசீனப்படுத்தினாலும் அதைப் பொருட்படுத்தாத பண்பு. அவர் சொல்லும் விலைகள் நமக்குப் பிடிக்காமல் 'சீ போ' என விரட்டினாலும் அடுத்த நாள் வெட்கமில்லாமல் வேறொரு விலையோடு வந்து நிற்பார்.

இப்படிப்பட்ட ஆளோடு பிசினஸ் செய்வது மிகவும் சுலபமானது. சுவாரசியமானதும் கூட. அதே நேரத்தில் அவரை நம் வசதிக்குப் பயன்படுத்திக் கொள்ளப் பழகிக்கொள்ள வேண்டும். அவர் நமக்குச் சேவை செய்யக் காத்திருக்கும் நபர். ஒருபோதும் நம்மை வழி நடத்த அவரை அனுமதிக்கக் கூடாது.'

இந்த உலகில் எந்தப் பொருளாக இருந்தாலும் சரி. அதன் விலை குறையும்போது ஓடிச் சென்று வரிசையில் நின்று வாங்கி வைத்துக்கொள்வோம். விலை ஏறினால் அதன் பயன்பாட்டைக்

குறைத்துக் கொண்டு வாங்குவதைத் தவிர்ப்போம். ஆனால் பங்குச் சந்தையில் மட்டும் இதற்கு நேரெதிரான போக்கை நம்மில் அநேகம் பேர் கடைபிடிக்கிறோம். விலை சரிந்தால் பயந்து போய் நாமும் விற்று விடுகிறோம். ஏறிய பிறகு குஷியாகப் போய் உச்சத்தில் வாங்குகிறோம்.

ஓரமாக உட்கார்ந்து யோசித்துப் பார்த்தால் மிஸ்டர் மார்க்கெட்டை நமது தேவைக்குப் பயன்படுத்துவதற்குப் பதிலாக நாமே மிஸ்டர் மார்க்கெட்டாக மாறுகிறோம் என்பது தெரியவரும். நமக்குத் தெரியாமலேயே அல்லது தெரிந்து கொள்ள விரும்பாமலேயே நாம் இதைத்தான் செய்து கொண்டிருக்கிறோம்.

இந்த மிஸ்டர் மார்க்கெட் அணுகுமுறை பல வகைகளில் முக்கியத்துவம் பெறுகிறது. பங்குச் சந்தையில் புழங்கும் எல்லோரும் வல்லுனர்கள், நமக்கு ஒன்றுமே தெரியாது என்கிற கற்பிதங்களையெல்லாம் தவிடுபொடியாக்கும் கோட்பாடு இது. திடமான மனதும், நிதானமாகச் சிந்திக்கக் கூடிய பக்குவமும், ஓரளவு எட்டாங்கிளாஸ் கணக்கும் தெரிந்தால் போதும். பெரிய பெரிய நிபுணர்களைவிடப் பங்குச்சந்தையில் கலக்கலாம் என அத்தனைப் பேருக்கும் நம்பிக்கையூட்டும் கோட்பாடு.

பங்குச்சந்தையின் தாற்காலிக ஏற்ற இறக்கங்களுக்கான காரணங்களை யாராலும் கணிக்க இயலாது. மாஸ் சைக்காலஜி அங்கே விலைகளைத் தீர்மானிக்கிறது. ஆனால் ஒவ்வொரு அசைவுக்கும் நிகழ்வுக்கும் காரணம் கற்பித்து தமது பண்டிதத் தனத்தைக் காட்ட பெரிய கூட்டமொன்று உலகெங்கும் உலவுகிறது. அதைப் பகுத்தறிந்து பார்த்தால் பங்கு முதலீடு ஒன்றும் செப்படி வித்தையல்ல என்று புரிந்துவிடும்.

ஜோனஸ் சால்க் காப்புரிமை பெறாத போலியோ மருந்து உலகில் லட்சக்கணக்கான மக்களை இளம்பிள்ளைவாதத்தில் இருந்து காப்பாற்றியிருக்கிறது. பெஞ்சமின் கிரஹாம் படைப்புரிமை பெறாத மிஸ்டர் மார்க்கெட் அணுகுமுறையையும் அதே போல குப்பியில் அடைத்து அத்தனை பேருக்கும் நாலு சொட்டு ஊற்றியாக வேண்டும் போல. அப்போதுதான் பலர் பங்குச் சந்தைக்குள் உள்ளே வருவார்கள்.

13

குடியை நிறுத்து, படிக்கத் தொடங்கு

இரண்டு புள்ளிவிவரங்களைப் பற்றிப் பேசலாம் என நினைக்கிறேன். முதலாவது அதிகாரப்பூர்வமானது. டாஸ்மாக் நிறுவனம் கடந்த நிதியாண்டில் (2013-14) ரூ. 23,401 கோடி ரூபாய் விற்பனை செய்தது. தற்போது நடக்கும் 2014-15 இல் எப்படியும் இது 25 ஆயிரம் கோடியைத் தாண்டி விடும். சுமார் எழேகால் கோடி மக்கள் தொகை கொண்ட மாநிலத்தில் தலைக்கு ரூ. 3500 கணக்கு வருகிறது. உண்மையில் இது மிகப் பெரிய தொகை.

நண்பர்களே இது குடிக்கிற, குடிக்காத, ஆண், பெண் குழந்தைகள் என சகலரையும் வைத்துக் கணக்கிட்ட சராசரி விற்பனை. மதுவருந்தும் பழக்கமுள்ள ஆள்களை மட்டும் கவனத்தில் கொண்டால் ஆண்டுக்குச் சராசரி எப்படியும் பத்து அல்லது பதினைந்தாயிரமாவது வரும். இது மிக மிகப் பெரிய தொகை.

இப்போது இரண்டாவது புள்ளிவிவரம். இது அதிகாரப் பூர்வமானதில்லை. இருந்தாலும் குறிப்பிட வேண்டிய அவசியம் உள்ளது. தமிழகத்தில் தமிழ்ப் புத்தகங்களின் விற்பனை ஆண்டுக்கு சுமார் ரூ. 35 கோடி என்கிறார்கள். சராசரியாக தலைக்கு ஐந்து ரூபாய். இந்தத் தொகை சரியானதா இல்லையா என்பதில் சிலருக்கு மாற்றுக் கருத்து இருக்கலாம். எழுத்தாளர் களுக்கு ராயல்டி கொடுப்பதைத் தவிர்ப்பதற்காக பதிப்பாளர்கள் விற்பனையைக் குறைத்துக் கூறுவதாகக் கருதுவோர் உண்டு. எனினும் இந்த எண்ணிக்கையில் பெரிய மாறுதல் ஏதும் ஏற்படப் போவதில்லை.

3500 ரூபாய்க்கு சரக்கு வாங்கும் தமிழன் வெறும் ஐந்து ரூபாய்க்கு புத்தகம் வாங்குகிறான் என்பது வெட்கக்கேடான விஷயம். இது ஆழமாகச் சிந்திக்கவேண்டிய விஷயமும்கூட. சமூகம் எங்கே செல்கிறது என்பதற்கு இது அருமையான சான்று.

மாநிலத்தில் 4028 பொது நூலகங்கள் உள்ளதாகச் சொல்கிறது அரசின் குறிப்பு ஒன்று. இன்னொரு பக்கம் 6800 க்கும் மேலான டாஸ்மாக் கடைகள் உள்ளதாகக் குறிப்பிடுகிறது மற்றொரு புள்ளிவிவரம். எனினும்கூட நூலகங்களில் ஈயாடுகிறது. மதுபானக் கடைகளில் ரஜினி படம் முதல் ஷோவுக்கு டிக்கெட் வாங்குவதுபோல எப்போதும் கூட்டம் அலை மோதுகிறது.

நமது சமுதாயம் அறிவார்ந்த சமுதாயம். எங்கோ ஒரு புள்ளியில் தவறியிருக்கிறோம். புத்தகங்களுக்காக பணமும், நேரமும் ஒதுக்குவது முதலீடு செய்வதற்கு ஒப்பானதாகும். இன்னும் சொல்லப்போனால், நேரமும் பணமும் சரியாக முதலிடப்படும் முதன்மையான சாதனம் புத்தகங்களே.

கடந்த தலைமுறையைவிட இந்தத் தலைமுறையில் நிறைய பட்டதாரிகள் உருவெடுத்திருக்கிறார்கள். ஆனால் தேர்வுக்குத் தயார் செய்வதற்கென்றே உருவான பாடப் புத்தகங்கள் தவிர்த்து வேறெதையும் அவர்கள் ஆர்வத்தோடு வாசிப்பதில்லை. கதைகள், நாவல்கள் என்றுதான் வாசிக்க வேண்டும் என்பதில்லை. என்ன துறையில் ஆர்வமிருக்கிறதோ அதைப் பற்றித் தேடிப் பிடித்து வாசிக்கலாம்.

அனைத்துமே இணையத்தளத்தில் தேடினால் கிடைத்துவிடும். எதற்காக காசு கொடுத்து புத்தகம் வாங்க வேண்டுமென்பது மோசமான மனநிலை. உதாரணமாக உங்களுக்கு பங்குச்சந்தை யில் ஆர்வமிருந்தால் அதைப் பற்றி எழுதப்பட்ட பத்து நூல்களையாவது (தமிழிலோ, ஆங்கிலத்திலோ) வாசிப்பது தொடக்கப் புள்ளியாக அமையவேண்டும்.

பங்குச்சந்தையில் இப்படி இப்படி வாங்க வேண்டும், இவை யெல்லாம் விதிமுறைகள் என அறிந்து கொள்வது அடிப்படை மட்டுமே. இதெல்லாம் விளையாட்டின் விதிகள் மாதிரி. விதிகள் ஒரு போதும் ஆட்ட நுணுக்கம் ஆவதில்லை. ஆட்ட நுணுக்கங் களைக் கற்பது மிக அவசியம். அதற்கு நுணுக்கம் பேசுகின்ற புத்தகங்கள் பெருமளவில் உதவுகின்றன.

ஒரு புத்தகத்தில் சொல்லப்பட்ட விஷயத்தை அப்படியே ஏற்றுக் கொண்டு நம் சித்தாந்தங்களையும், செயல்பாடுகளையும், முதலீட்டுக் கோட்பாடுகளையும் வகுத்துக்கொள்ள வேண்டிய அவசியமில்லை. ஆனால் ஒவ்வொரு புத்தகமும் எதாவது ஒரு கோணத்தில் பார்க்க உதவும். அந்தக் கோணம் நமக்கு உவப்பில்லாத, நாம் ஏற்க விரும்பாத, அதுவரையிலும் யோசிக்காத கோணமாகக்கூட இருக்கலாம். ஆனாலும் பன்முக நோக்கில் அவை நம் அறிவை அகலமாக்குவதில் பெருந்துணை யாக நிற்கும்.

குறிப்பாக நிதி நிர்வாகம் குறித்து, முதலீடுகள் குறித்து பெருமளவில் நமக்குப் பரிச்சயம் இருக்காது. நாம் எப்போதுமே பணத்தை எவ்வாறு ஈட்டுவது என்பதைக் குறித்து அறிந்து கொள்ளவே பிரயத்தனப்படுவோம். ஆனால் ஈட்டிய பணத்தை நிர்வகிப்பது குறித்து அறிந்துகொள்ள ஆர்வமிருக்காது. (அது வறட்சியான சப்ஜெக்ட் வேறு!) ஆனாலும் நிதி நிர்வாகம் குறித்த அடிப்படையான நூல்கள் சிலவற்றையாவது வாங்குங்கள்.

புத்தாண்டுகள் பிறக்கிறபோது ஒவ்வொரு வருடமும் ஏதாவது சபதம் மேற்கொள்வது இங்கே வாடிக்கை. தீர்மானம் போடுவ தோடு சரி. அதைக் கடைபிடிப்பதில்லை. இருந்தாலும் பர்சனல் ஃபைனான்ஸ் தொடர்பான தீர்மானம் எதையாவது இந்த வருடம் மேற்கொள்ளுங்கள்.

அதில் ஒரு தீர்மானம் இனிமேல் புத்தகங்களுக்காகச் செலவு செய்ய மாட்டேன் என்பதாக இருக்கட்டும். குடிப்பதற்குப் பணம் செழவழித்தால்தான் அதற்குப் பெயர் செலவு. படிப்பதற்கு ஒதுக்கினால் அது செலவல்ல. அதற்கு முதலீடு என்று பெயர். பங்குச்சந்தை முதலீடு பற்றிய முக்கியமான புத்தகம் ஒன்றின் அட்டையிலேயே போட்டிருக்கிறார்கள்: 'நீங்கள் முதலீடு செய்ய வேண்டியது பணத்தையல்ல, மூளையை!' என்று.

14

தனக்காக வாழும் கலை

வாழ்வில் சுதந்தரம் என்பது என்ன?

கூட்டை விட்டு வெளியேறும்போது புலிக்கும், கிளிக்கும் கிடைக்கிறதே அதுதான் சுதந்தரம். தண்டனை முடிந்ததும் சிறையிலிருந்து ஒருவன் வெளியேறும் நிகழ்வைக்கூட விடுதலை என்றுதான் குறிப்பிடுகிறோம்.

புலிகளுக்கும் கிளிகளுக்கும் மட்டுமே கூண்டு உள்ளதாக நாம் நினைத்தால் அது தவறு. மனிதர்களாகிய நாமும் கண்ணுக்குப் புலப்படாத கூண்டுக்குள் அடைபட்டுக் கிடக்கிறோம். பெரும் பாலான நேரங்களில் அதை உணர்வதேயில்லை. அப்படி உணர்ந்தவன் ஞானியாகிவிடுவான்.

சில நிறுவனங்களில் ஊழியர்களுக்குப் பயிற்சியளிக்கிறேன் என்ற பெயரில் நீங்கள் தனித்துவமாகத் தெரிய வேண்டும்; தொலைநோக்குச் சிந்தனையோடு செயல்படவேண்டும்; உங்கள் வாழ்க்கையின் உண்மையான அர்த்தத்தை உணர வேண்டும் என்றெல்லாம் சார்ஜ் ஏற்றியிருக்கிறார்கள்.

அந்தப் பயிற்சி வகுப்பு முடிந்ததும் நிறைய ஊழியர்கள் வேலையை ராஜினாமா செய்து கிளம்பி விட்டார்களாம் - சுதந்தரமாக யோசித்து முடிவெடுத்தால் எவனாவது இங்கே வேலை செய்வானா என்று!

நம்மில் பாதிப் பேருக்கு நாம் செய்யும் வேலை பிடிப்பதே யில்லை. ஆரம்பத்தில் ஆர்வமாகத்தான் இருக்கும். போகப் போகச் சலித்துவிடும். வாழ்க்கை இயந்திரத்தனமாக மாறும்.

மாதமானால் சம்பளம் வருகிறது. அதனால் வேலையைச் செய்வோம் என்ற நிலைக்கு வந்து நிற்போம்.

அதே நேரத்தில் தன் மனதுக்கு நெருக்கமான ஒரு விஷயத்தில் ஈடுபடும்போது உண்டாகும் லயிப்பே அலாதியானது. அதில் எத்தனை மணி நேரம் செலுத்தினாலும் போரடிக்கவே அடிக்காது. அப்படியான விஷயம் நம் ஒவ்வொருவருக்குள்ளும் இருக்கும்.

இறைவன், இசை, இயற்கை, இலக்கியம் ஆகிய ஏதாவது ஒன்றில் ஈடுபாடு இல்லாத மனிதன் இருக்கவேமுடியாது என எனக்குத் தெரிந்த எழுத்தாளர் ஒருவர் கூறுவார். பட்டியலை இத்துடன் சுருக்கிவிடமுடியாது. இன்னும் நிறைய விஷயங்கள் அதில் வரும்.

அது விளையாட்டாக இருக்கலாம். வாய் கிழிய அரட்டை யடிப்பதாக இருக்கலாம். என்னவாக வேண்டுமானாலும் இருக்கலாம். கவிதை புனைவதாக இருக்கலாம். படம் வரைவது, கோலம் போடுவது, காமிராவைத் தூக்கிக்கொண்டு ரோடுரோடாக அலைவது... இப்படி எதுவாக வேண்டு மானாலும் இருக்கலாம்.

இதெல்லாம் பொழுதைப் போக்கும் 'ஹாபி' வகையறாக்கள். வருமானத்தின் பொருட்டு தன் மனதுக்குப் பிடிக்காத வேலையை செய்தாலும், ஒரு மனிதன் தன் மனதுக்கு இணக்க மான செயலில் ஈடுபடுவதற்கான நேரத்தை எப்படியும் கண்டறிந்துவிடுவான். அதைச் செய்வதில் மனது இலகுவாகிறது. உள்ளார்ந்த திருப்தி கிடைக்கிறது.

அது என்னவாக வேண்டுமானாலும் இருக்கலாம். சில பேருக்கு கிரிக்கெட் பிடிக்கும். எவ்வளவு நேரம் விளையாடினாலும் போரடிக்காது. ஆனால் அதற்காக நாள் முழுவதும் விளையாடினால் சோற்றுக்கு வழி? எப்போது நேரம் கிடைக்கிறதோ அப்போது விளையாடிவிட்டு மற்ற நேரங்களில் வேலையைக் கவனிக்க வேண்டியதுதான்.

எனக்குத் தெரிந்து எங்கள் அலுவலகத்தில் ஒரு பையன் பணியாற்றுகிறான். அவனுக்குக் குறும்படம் எடுப்பதென்றால் இஷ்டம். இஷ்டமென்பதைவிட வெறி. சனி, ஞாயிறுகளில் காமிராவைத் தூக்கிக் கொண்டு நண்பர்களோடு கிளம்பி விடுவான்.

'எப்பப் பாரு காமிரா கையோட சுத்தறியே, எங்கே காட்டு பாக்கலாம்' என்று ஒரு முறை கேட்டேன். பார்த்து அசந்து விட்டேன். படமெடுப்பது தொடர்பான எல்லா நுணுக்கங்களை யும் தேடித் தேடிப் படித்திருக்கிறான். ஆச்சரியமாக இருந்தது.

எந்த ஊதியமும் இல்லாமல் இதை அவன் செய்துவந்ததற்குக் காரணம் ஆர்வம் மட்டுமே. வருமானம் இல்லையென்றாலும் ஆத்ம திருப்திக்காகச் செய்கிறான். இதையே ஒரு விளம்பரப் படமாக அல்லது தொலைக் காட்சிகளில் வரும் குறும்படப் போட்டிகளுக்கான படமாக எடுத்தால் இன்னும் கூடுதலான ஈடுபாட்டோடு செய்வான்.

டெண்டுல்கரின் பெற்றோர், 'எப்பப் பாத்தாலும் வெளையாண்டுக்கிட்டு, போய்ப் படி' என்று விரட்டியிருந்தால் என்ன ஆகியிருக்கும்? கிரிக்கெட் உலகுக்கு ஒரு ஜாம்பவான் கிடைத்திருக்க மாட்டார்.

சில ஆசிரியர்கள் வெறும் ஐயாயிரம், ஆறாயிரம் சம்பளம் வாங்கிக்கொண்டு ஆர்வத்தோடு பாடம் நடத்துவார்கள். அந்தப் பள்ளியில் வாட்ச்மேன் வாங்கும் சம்பளத்தைவிடக் குறைவாகக் கூட அந்த ஆசிரியர்களின் சம்பளம் இருக்கலாம். அதற்காக அவர்கள் சோர்ந்து போக மாட்டார்கள்.

ஏனென்றால் குழந்தைகளோடு பேசுவதே அவர்களுக்குப் பெரிய சம்பளம். நாலு பேருக்கு விவரித்துக் கூறுவது அவர்களுக்குப் பிடித்த காரியமாக இருக்கும். பணமே கொடுக்காவிட்டால் கூட ஆர்வத்தோடு அதில் ஈடுபடுவார்கள்.

பொழுதுபோக்குக்காக ஆர்வத்துடம் நாம் செய்யும் செயலே நமது முழு நேரத் தொழிலானால்? அதைக் காட்டிலும் பெரிய அதிர்ஷ்டம் மனிதனுக்கு என்ன இருக்கமுடியும்? குறைந்த பட்சம் அதிலிருந்து பகுதி நேர வருமானம் வருமாறு ஏற்பாடாவது செய்யலாம்.

பாடுவதில் ஆர்வமுள்ளவர் இசைக் குழுவில் இணைந்து ஓய்வு நேரங்களில் பாடலாம். பார்ட் டைம் போட்டோகிராஃபர்கள், பார்ட் டைம் எழுத்தாளர்கள் போல பார்ட் டைமில் நிறைய வேலைகளைச் செய்கிறார்கள் நண்பர்கள்.

கரும்பு தின்னக் கூலியா? ஆனால் உங்களுக்கான கரும்பு என்ன வென்பதைக் கண்டறிவதில் ஒளிந்திருக்கிறது சூட்சுமம். அதுவே பொருளாதார விடுதலைக்கான விதையுமாகும். சொல்லப் போனால் அதுவே விடுதலையாகும்.

விடுதலை என்பது எதையும் செய்யாமல் சும்மா படுத்திருப்ப தல்ல. தனக்குப் பிடித்த வேலையைத் தேர்ந்தெடுத்துச் செய்யும் சாய்ஸ் படைத்திருப்பது.

15

வேல்யூ சிஸ்டம்

அஸ்வினும் ரஞ்சிதாவும் அருமையான தம்பதிகள். இருவரும் பிரபலமான தனியார் நிறுவனங்களில் கை நிறைய சம்பாதிக்கிறார்கள். வீட்டில் ஒரே குழந்தை. ஹரிணி என்ற பெயர் படைத்த அந்தச் செல்லக் குட்டியைத் தாத்தாவும் பாட்டியும் வீட்டிலேயே கவனித்துக் கொண்டனர். செல்லம் கொஞ்சி வளர்த்தனர். அவளும் பாசமாக இருப்பாள். ஆசை ஆசையாக விளையாடுவாள்.

எத்தனை நாளைக்குத்தான் அவளும் தாத்தா பாட்டியோடு விளையாடுவாள்? ஆறு வயதாகிவிட்டது. அவள் வயதினை ஒத்த குழந்தைகளே இல்லை. அவர்கள் வசித்தது எட்டு ஃபிளாட்டுகள் கொண்ட சிறிய அபார்ட்மெண்ட். அங்கிருந்த குழந்தைகள் எல்லாம் பெரியவர்கள். அத்தனை பேரும் ஹரிணிக்கு அண்ணா, அக்கா.

அவளோடு ஓடிப் பிடித்து விளையாட ஆளில்லை. அவள் வயதுக் குழந்தைகள் என்றால் ஒரே மாதிரி விளையாடுவார்கள். தீவிர யோசனைக்குப் பின்னர் ரஞ்சிதா ஒரு முடிவுக்கு வந்தார். அஸ்வின் அங்கீகரித்துத் தலையசைத்தார்.

அதன் விளைவாக அந்தக் குடும்பம் சிறிய அபார்ப்பெண்டில் இருந்து பெரிய அபார்மெண்ட் காம்ப்ளெக்ஸுக்கு குடியேறியது. வேறு விதமாகச் சொன்னால் டவுன்ஷிப். மளிகைக் கடை, ஸ்கூல், பார்க் என சகலமும் தன்னகத்தே கொண்ட டவுன்ஷிப். அங்கே போனதும் ஹரிணிக்கு நிறைய ஃபிரண்ட்ஸ் கிடைப்பார்கள் என அஸ்வினும் ரஞ்சிதாவும் நினைத்தார்கள்.

ஆனால் அப்படியெல்லாம் நடக்கவில்லை. அங்கே இருந்த குழந்தைகள் ஏற்கெனவே குரூப் சேர்ந்திருந்தனர். புதிய ஆட்களை குரூப்பில் உள்ளே அனுமதிப்பதில்லை. ஹரிணி மிகவும் சிரமப்பட்டாள். அவள் வயதில் எத்தனை குழந்தைகள் இருந்தாலும் புதிய அபார்ட்மெண்டிலும்கூட தாத்தா, பாட்டி யோடு மட்டுமே விளையாடினாள். போகப் போகப் பழகிவிடும் என்று காத்திருந்தார்கள்.

ஹரிணியை விட்டு விலகியிருந்த மற்ற சிறுமிகள் ஒரு நாள் திடீரென்று அவளோடு வந்து ஒட்டிக் கொண்டனர். அவளையும் தங்கள் குரூப்பில் சேர்த்துக்கொண்டனர். அது குறித்து ஹரிணிக்கு மகிழ்ச்சி.

பாப்பாவுக்கு எவ்வளவு தூரம் மகிழ்ச்சியோ அவ்வளவு தூரம் அவளது அம்மா ரஞ்சிதாவுக்கு அதிர்ச்சி. அதுவும் தானே நேரில் கண்ட பிறகும் நம்பாமல் இருக்க முடியவில்லை.

முதலில் ஒதுக்கி வைத்திருந்தவர்கள் எதற்காக அவளைச் சேர்த்துக் கொண்டார்கள் என்பதை ரஞ்சிதாவே நேரில் பார்த்துத் தெரிந்து கொண்டார். பழைய காரை மூன்று லட்சத்துக்கு விற்று விட்டு புதிய கார் எட்டு லட்சத்துக்கு வாங்கியதே மகளுக்குக் கிடைத்த அங்கீகாரம் என்பதை அறிந்து கொண்டார்.

நம்மை மதிக்காமல், நமது பண்புகளை மதிக்காமல், நமது நட்பினை மதிக்காமல் நம்மிடம் உள்ள உயிரற்ற அஃறிணைப் பொருள்களின் அடிப்படையும் நம்மை மதிப்பது அருவருப் பானது என்பது புரிந்தபோது ஆற்றாமையில் அழுகையே வந்து விட்டது. என்ன மாதிரியான சூழல் இது! ச்சே!

வெறுத்துப் போனார். கணவனும் மனைவியும் கூடிப் பேசினார்கள். இந்த மாதிரியான சூழலில் மகள் வளர்ந்தால் நல்லதில்லை. குழந்தைக்காக புது வீடு வாங்கி குடியேறி வந்ததை யோசித்துப் பார்த்தார்கள். இரண்டு முடிவுகளைப் பற்றி ஆலோசித்தனர். ஒன்று, வீட்டை விற்பது. இல்லையேல் வாடகைக்கு விடுவது. ஆக எப்படியாயினும் இங்கே நீடிக்கப் போவதில்லை.

மேல்தட்டு மக்கள் வசிக்கும் டவுன்ஷிப்பில் இருந்து நடுத்தர வர்க்கத்து ஆள்கள் வசிக்கும் பழைய ஏரியாவுக்கே மீண்டும் சென்றார்கள். அங்கே இருக்கிற நண்பர்கள் போதும் அவளுக்கு!

அஸ்வின் இந்த வீடு மாற்றி, கார் மாற்றி, அதனால் மீண்டும் வீடு மாற்றிய கதையைப் பற்றிச் சொன்ன போது ஆச்சரியமாகவும் மகிழ்ச்சியாகவும் இருந்தது. இன்னொருவரிடம் என்ன பொருள் உள்ளது என்பதன் அடிப்படையில் குழந்தைகள் பழகுகிறார்கள் என்பதால் ஆச்சரியம். அதனை உணர்ந்து உடனடியாக மீண்டும் பழைய ஏரியாவுக்கு அவர்கள் செல்லத் தீர்மானித்ததால் மகிழ்ச்சி.

என்ன மாதிரியான வேல்யூ சிஸ்டம் குழந்தைகளுக்குக் கிடைக்கிறது? அது வீட்டில் வார்க்கப்படுகிறதா? சுற்றுச் சூழலால் தீர்மானிக்கப்படுகிறதா? அடிப்படையான வேலை களைச் செய்வதற்குக்கூட லஞ்சமாக பொம்மைகள் கிடைக்கு மென்ற மெசேஜை சொல்லாமல் சொல்கிறோமா? வீண் செலவு செய்யக்கூடாது என்று குழந்தையிடம் கண்டித்துவிட்டு அம்மாக்கள் மட்டும் ஷாப்பிங் செய்கிறார்களா?

பணம் வைத்திருப்பவனை மட்டுமே மதிக்க வேண்டுமென்றும், பணமற்றவன் முக்கியமில்லாதவன் என்றும் குழந்தைகளே அறியாத வகையில் அவர்களது மனதில் நாம் பதிய வைக்கிறோமா? அல்லது மனிதர்கள்தான் முக்கியம். அவர்கள் கையிலுள்ள பணம் முக்கியமல்ல என்று சொல்லி வளர்க்கிறோமா? பணமென்பது அப்பாவும் அம்மாவும் உழைத்துச் சம்பாதிக்கிற விஷயம் அதனால் எல்லாவற்றுக்கும் அடம் பிடிக்கக் கூடாது எனப் புரிய வைக்கிறோமா? அல்லது பணம் ஏ.டி.எம் இயந்திரத்தில் கொட்டும் வஸ்து என்ற புரிதலை உருவாக்கி வைத்திருக்கிறோமா? தவறு செய்யக்கூடாது என்று சொல்லித் தருகிறோமா? இல்லை தடயம் ஏதுமின்றி தப்புச் செய்யக் கற்றுத் தருகிறோமா?

விடை தெரியாத இந்தக் கேள்விகள் குழந்தைகளின் வேல்யூ சிஸ்டத்தைத் தீர்மானிக்கின்றன. மனிதர்கள் வசமுள்ள பொருள் களைவிட மனிதர்களே முக்கியமானவை என்ற நினைப்பில் வளரும் குழந்தைகளே வருங்காலத்தில் மனிதர்களை மட்டு மல்லாமல் பணத்தையும் மதிப்பார்கள்.

16

மியூச்சுவல் ஃபண்ட்

குறிப்பிட்ட அரசியல் தலைவரைப் பற்றி, நடிகரைப் பற்றி, திரைப்பட இயக்குனரைப் பற்றி, எழுத்தாளரைப் பற்றி, எப்போதாவது வீட்டுக்கு வரும் தூரத்து அத்தையைப் பற்றி, கணவன் மனைவியைப் பற்றி, மனைவி கணவனைப் பற்றி, நாம் மேனேஜரைப் பற்றி, மேனேஜர் நம்மைப் பற்றி... இப்படி எல்லாவற்றைக் குறித்தும் நமக்கு முன் முடிவுகள் உருவாவது இயல்பு.

முசுடான மேனேஜர் நமக்கு ஒரு பிரச்னை என்றால் நாம் கேட்டதைவிடக் கூடுதலாக லீவ் கொடுத்து நம்மை அதிர்ச்சியில் ஆழ்த்தலாம். உயிரையே கொடுப்பான் என்று நம்பிய நண்பன் ஆபத்தான காலத்தில் 'அப்படி ஒருத்தனைத் தெரியாவே தெரியாது' எனக் கூறலாம். நமது மதிப்பீடுகள் தவறாக அமைவது எல்லாக் காலத்திலும் நடந்துகொண்டே இருக்கும்.

யாரை நம்புவது, எதைத் தவிர்ப்பது என்பதைத் தொடர்ந்து கற்றுக்கொண்டேயிருக்கிறோம். நம் அனைவருக்குமே ஜட்ஜ்மெண்ட் தொடர்பான தவறுகள் நிகழ்வது இயல்பு. எந்த வயதிலும் நிகழலாம். அவை தனி மனித அனுபவம் சார்ந்தவை. ஆனால் சில ஜட்ஜ்மெண்ட்ஸ் சமூகம் முழுமைக்கும் பொருந்துவனவாக அமைகின்றன.

அதில் முக்கியமானது, 'பங்குச் சந்தையில் முதலீடு செய்வது ரிஸ்க் ஆச்சே!' என்பது. 'படிக்கிற பையனுக்கு அரசியல் எதற்கு?' என்று நமது குழந்தைகளை எவ்வாறு ஓரமாக ஒதுங்கிச் சென்று வாழ்வதற்குப் பழக்கப்படுத்துகிறோமோ அதேபோல பங்குச்சந்தையில் இருந்தும் ஒதுங்கி நின்று வாழப்

பழக்குகிறோம். ஒரு விஷயத்தைப் பற்றித் தெரிந்து கொள்ள விருப்பமில்லாமலேயே அது மோசமென்று முத்திரை குத்துவது பாகிஸ்தானியர்கள் அனைவரும் கெட்டவர்கள் என்பது போலதான்.

பங்குச்சந்தை ஆழமான துறை. அதைச் சிக்கலாக்க விரும்பினால் எவரையும் குழப்பும். எளிமையாக்கி அணுகும் தன்மையுடையவர்களுக்கு இலகுவாக இருக்கும். பார்ப்பவர்கள் அணியும் கண்ணாடிக்கு ஏற்ப அது மாறுபட்டுத் தெரியும்.

எல்லோராலும் பங்குச்சந்தையில் முதலீடு செய்யமுடியும். ஆனாலும் பயம். அதன் ரிஸ்கை முழுமையாகப் புரிந்து கொள்ளாமல் தவறான நிறுவனங்களில் பணத்தைப் போட்டால் கையைச் சுட்டுவிடும். ரிஸ்கை அடையாளம் கண்டு அதற்கேற்ப செயல்படுவது ஒன்றும் கம்ப சூத்திரமல்ல. எனினும் பல லட்சங்களில் அல்லது கோடியில் புழங்கும் பெரிய முதலீட்டாளர்களைப் போல நம்மால் நேரம் செலவிட முடியாது. இது யதார்த்தம்.

அப்படியானால் சிறிய முதலீட்டாளர்கள், ஆயிரங்களில் முதலீடு செய்கிறவர்கள், பங்குச்சந்தையில் இன்வெஸ்ட் செய்யவே முடியாதா? பணாக்காரர்கள் மட்டுந்தான் ஷேர் மார்க்கெட்டில் லாபம் சம்பாதிக்கவேண்டுமா? எளியவர்கள் அந்த வாய்ப்பை மறந்துவிட வேண்டியதுதானா?

கிடையவே கிடையாது. எளிய பின்னணியைச் சேர்ந்தவர் களுக்கும் மியூச்சுவல் ஃபண்ட் எனப்படும் பரஸ்பர நிதிகள் சரியான சாதனம்தான். கையைச் சுட்டுவிடுமே என்று பயந்து ஓடியவர்களை மறைமுகமாக ஷேர் மார்க்கெட்டுக்குள் கொண்டு வந்ததில் பரஸ்பர நிதிகளுக்கு முக்கியப் பங்குண்டு. லட்சக் கணக்கான மிடில் கிளாஸ் மக்களுக்குப் பங்குச்சந்தை லாபத்தில் சுவையை ஊட்டியவை. அந்த வகையில் அவை தவிர்க்க முடியாத முதலீட்டுச் சாதனங்கள்.

பரஸ்பர நிதிகளில் நம்பிப் பணம் போடலாமா? அவை எப்படி இயங்குகின்றன? நம் பணத்தைத் தூக்கிக் கொண்டு ஓடி விட்டால்? இப்படிப்பட்ட கேள்விகள் நியாயமானவை.

சீட்டுக் கம்பெனிகளைப் போல மியூச்சுவல் ஃபண்ட் நடத்தும் நிறுவனங்கள் நம் பணத்தைச் சுருட்டிக் கொண்டு ஓடுவதில்லை.

அவற்றை செபி (SEBI - Securities and Exchange Board of India) எனப்படும் அமைப்பு நெறிப்படுத்துகிறது. அதனால் தைரியமாக மியூச்சுவல் ஃபண்டில் முதலீடு செய்யலாம்.

ஒரு வகையில் இவை கூட்டு முதலீடுகள் எனலாம். பரஸ்பர நிதி நிறுவனங்கள் பல வகையான முதலீட்டுத் திட்டங்களை வைத்திருக்கும். நம்மைப் போன்ற பலரும் போடுகிற சிறிய தொகைகளை ஒன்றாகச் சேர்த்து பெருநிதியாக ஆயிரம் கோடிகளில் குவிந்திருக்கும். சரியான முறையில் ஆராய்ந்து ஸ்திரமான பங்குகளில் முதலீடு செய்து வைத்து நிர்வகிக்க பெரிய டீமே இருக்கும். இவர்களே நிதி மேலாளர்கள் எனப்படும் ஃபண்ட் மேனேஜர்கள்.

இவர்கள் வல்லுனர்கள். பொருளாதாரம், உலக நடப்புகள், அரசியல் காரணிகள், குறிப்பிட்ட துறைகளுக்கான நிலவரம், அதிலும் குறிப்பாக எந்த நிறுவனத்தின் ஷேரை வாங்க வேண்டுமோ அதைக் குறித்த விவரங்கள் என அனைத்தையும் அறிந்து வைத்திருப்பார்கள். ஒரு சாமானியராக நாம் எடுக்கும் முதலீட்டு முடிவுகளைவிட நிபுணர்களான இவர்கள் மேற்கொள்ளும் முடிவுகள் சிறந்தவையாக இருக்கும்.

இந்தப் பரஸ்பர நிதி நிறுவனங்கள் நிதி மேலாண்மைக்கு ஒரு சிறிய கட்டணத்தை மட்டும் எடுத்துக் கொண்டு மீதமிருக்கிற லாபத்தை நமக்கே பகிர்ந்து கொடுத்து விடுவார்கள். இழப்பு ஏற்பட்டாலும் அவர்களுக்கான கட்டணத்தை எடுத்துக் கொள்வார்கள். (விளம்பரங்களில்கூட mutual fund investment is subject to market risk என்று சொல்வதை நீங்கள் கவனித்திருக்கலாம்.)

சுருங்கச் சொன்னால், மியூச்சுவல் ஃபண்ட்கள் பங்குச்சந்தையின் லாபத்தை நமக்கு ஈட்டித் தருபவை. அதே சமயம் நாமாக முதலீடு செய்தால் கிடைக்கும் இழப்பைவிடக் குறைவான இழப்பையே நல்கும் எனக் கருத வைப்பவை. அவை நேரடியாக பங்குச்சந்தையில் முதலீடு செய்ய முடியாதவர்களுக்கும், தெரியாதவர்களுக்குமான மாற்று ஏற்பாடு.

17

பங்குச்சந்தை அனுகூலங்கள்

பெரும்பாலான மக்களுக்குப் பங்குச்சந்தையில் சென்செக்ஸ் என்ற வார்த்தையில் உள்ள 'செக்ஸ்' தவிர வேறெதிலும் லயிப்பு உருவாவதில்லை. அதற்கு அவர்களைச் சொல்லிக் குற்றமில்லை. மிக எளிமையாக விளக்கவேண்டிய ஷேர் மார்க்கெட் முதலீட்டைப் புரியாத வரைபடங்களையும், வாய்ப்பாடு களையும் வைத்து மேலும் சிக்கலாக்கிய வல்லுநர்களே அதற்குப் பொறுப்பு. அவர்களே சாமானிய மக்கள் ஷேர் மார்க்கெட்டி லிருந்து தூர விலகியிருப்பதற்கான முக்கியக் காரணம்.

அநேக வல்லுநர்களைவிட நம்மைப் போன்ற சாமானியர்கள் அதிலே கூடுதல் லாபமீட்ட முடியும். ஆனால் அதன் வளர்ச்சி அல்லது லாபம் நேர்க் கோட்டில் நகர்வதில்லை. அதே போல தொடர்ச்சியாக மேல் நோக்கிய ஒரே திசையில் மட்டும் நகர்வதுமில்லை. முழுமேற ஜான் சறுக்கும் இந்த நிச்சயமற்ற தன்மையே 'அதோ பார் ஷேர் மார்க்கெட் பூச்சாண்டி' என நிபுணர்கள் நம்மை அச்சுறுத்த உதவுகிறது.

நீண்டகால அடிப்படையில் நோக்கினால் வேறு எந்த முதலீட்டையும்விடப் பங்குச் சந்தையில் முதலீடு செய்வது லாபகரமானதாகவே இருந்து வந்திருக்கிறது. மும்பை பங்குச்சந்தையின் இணையத்தளத்தில் உள்ள சென்செக்ஸ் புள்ளிவிவரத்தை வைத்து 2000 ஜனவரி முதல் 2015 ஜனவரி வரையிலான சந்தையில் போக்கினை ஆராய்ந்தால் இது புலப்படும்.

ஷேர் மார்க்கெட் கீழிறங்கும் போது முதலீடு செய்ய வேண்டும்; அதிகமாகும்போது விற்றுவிட வேண்டும். எல்லோரும்

விற்கும்போது வாங்க வேண்டும்; வாங்கும் போது விற்க வேண்டும். இப்படியெல்லாம் பொதுவாகச் சொல்லப்படும் ஆலோசனைகள் அனைத்தையும் புறந்தள்ளிவிட்டு வருடத்தின் முதல் தேதியன்று முதலீடு செய்ததாகவே கருதுவோம். புத்திசாலித்தனம் ஏதுமில்லாமல் யாருக்கு வேண்டுமானாலும் பொருந்துகிற ஆய்வு இது.

ஆண்டு 1	17.95%	ஆண்டு 2	38.39%
ஆண்டு 3	62.94%	ஆண்டு 4	94.63%
ஆண்டு 5	138.17%	ஆண்டு 6	173.96%
ஆண்டு 7	279.99%	ஆண்டு 8	346.87%
ஆண்டு 9	196.72%	ஆண்டு 10	245.23%

ஒரு குறிப்பிட்ட வருடத்தை மட்டும் கருதாமல் 2000-2015 சராசரியைக் கணக்கில் எடுத்திருக்கிறோம். சராசரியாக ஷேர் மார்கெட்டில் ஓராண்டு லாபம் 17.95% ஆகும். இதனோடு ஒப்பிடுகையில் மிகவும் பாதுகாப்பானது என நாம் கருதும் வங்கி வைப்பீடுகள் சராசரியாக எட்டு சதவீதம் மட்டுமே கொடுக்கும். ஓராண்டுக்குப் பதிலாக பங்குச்சந்தையில் சராசரி ஐந்தாண்டு லாபம் 138.17% எனவும், பத்தாண்டு லாபம் 346.87% எனவும் வருகிறது.

இது எந்தவொரு முட்டாளும் ஈட்டியிருக்கக்கூடிய லாபம். எந்த ஆராய்ச்சியும் செய்யாமல் வருடத்தில் முதல் நாள் ஷேர் மார்கெட்டில் பணம் போட்டால் ஈட்டியிருக்கக்கூடிய லாபம். அப்படிச் செய்யாமல் குறிப்பிட்ட அந்த வருடத்தில் எப்போது பங்குச்சந்தை நன்றாக இறங்கியிருந்ததோ அப்போது முதலீடு செய்திருந்தால் இதைவிட அதிகமான லாபம் ஈட்டியிருக்கலாம்.

ஆண்டு 1	44.01%	ஆண்டு 2	73.38%
ஆண்டு 3	107.77%	ஆண்டு 4	150.10%
ஆண்டு 5	201.16%	ஆண்டு 6	256.14%
ஆண்டு 7	302.17%	ஆண்டு 8	329.73%
ஆண்டு 9	377.05%	ஆண்டு 10	478.52%

குறிப்பிட்ட ஆண்டில் சந்தை குறைந்திருக்கும் சமயத்தில் முதலீடு செய்து விற்கும் ஆண்டின் ஜனவரி தொடக்கத்திலேயே

விற்றால் ஓராண்டுக்கு சராசரியாக 44.01% சதவீதம் லாபமும், ஐந்தாண்டுக்குச் சராசரியாக 201.16% மற்றும் பத்தாண்டுக்குச் சராசரியாக 478.52% லாபமும் கிடைத்திருக்கும்.

நீங்கள் அதைக் காட்டிலும் பெரிய அப்பாடக்கராக இருந்து பணம் போடும் வருடம் குறிப்பிட்ட ஆண்டின் குறைவான புள்ளியில் முதலீடு செய்து விற்கும் ஆண்டில் ஜனவரிக்கு பதிலாக அதிகமாக ஏறியிருக்கும் போது விற்றால் என்ன லாபம் ஈட்டியிருக்கலாம் தெரியுமா?

ஆண்டு 1	85.05%	ஆண்டு 2	121.78%
ஆண்டு 3	167.75%	ஆண்டு 4	221.39%
ஆண்டு 5	286.43%	ஆண்டு 6	352.77%
ஆண்டு 7	392.08%	ஆண்டு 8	416.07%
ஆண்டு 9	477.67%	ஆண்டு 10	567.92%

சராசரியாக ஓராண்டுக்கு 85.05% சதவீதம் லாபமும், ஐந்தாண்டுக்கு 286.43% மற்றும் பத்தாண்டுக்கு 567.92% லாபமும் கிடைத்திருக்கும்.

ஆக எப்படிப் பார்த்தாலும் பங்குச்சந்தை முதலீடு அவ்வளவு மோசமான முதலீடல்ல என்பது புலனாகிறது. நாம் உள்ளே நுழைவது குறைவான புள்ளியிலும், விற்றுவிட்டு வெளியேறுவது உச்சத்திலும் இருக்க வேண்டுமென்ற அவசியமெல்லாம் இல்லை. மந்திரச் சக்தி படைத்தவர்களுக்கு மட்டுமே அது சாத்தியம்.

எந்தப் புள்ளியில் முதலீடு செய்தாலும் ஏற்ற இறக்கங்களுக்கு ஏற்ப ஆண்டுக்கு ஓரிரு முறை சிறுசிறு அட்ஜஸ்ட்மெண்ட் செய்து வந்தால் நீண்ட காலம் காத்திருக்கும் பொறுமையுள்ள ஆள்களுக்குப் பங்குச் சந்தை ஏராளமான லாபகரமான வாய்ப்பு களை வழங்கும். கடந்த காலத்தில் அது அப்படித்தான் வழங்கி வந்திருக்கிறது.

18

ராகுல் திராவிட் முதலீட்டுக் கோட்பாடு

உலகக் கோப்பை கிரிக்கெட் போட்டிகள் வெகு விமரிசையாக நடைபெறும் காலம் இது. கிரிக்கெட் உலகைப் பெரும் ஜாம்பவான்கள் பலர் ஆண்டிருக்கிறார்கள். கிரிக்கெட் உலகம் பல ஹீரோக்களைக் கொடுத்திருக்கிறது. இதில் வெகு சிலர் மிகப் பிரபலமாகவும், வேறு பலர் கவனிப்பாரின்றியும் தென்படுகின்றனர்.

அப்படிக் கவனிக்கப்படாத ஹீரோக்களில் முதன்மையானவர் ராகுல் திராவிட். அவர் கேப்டனாக இருந்த போதுகூட டெண்டுல்கர், தோனி அளவுக்குப் பரபரப்பாகப் பேசப்பட்டவர் அல்ல திராவிட். இந்திய கிரிக்கெட்டில் கவாஸ்கர், கபில் தேவ், டெண்டுல்கர், மகேந்திர சிங் தோனி அளவுக்குக் கொண்டாடப் படாத விளையாட்டு வீரராக இல்லாது போனாலும்கூட ராகுல் திராவிட் நிராகரிக்கமுடியாத ஆளுமை. அவர் இந்திய கிரிக்கெட்டுக்கு ஆற்றிய சேவையை மறுக்கவோ மறைக்கவோ முடியாது.

ராகுல் திராவிட் என்ற நபரிடம் கற்றுக்கொள்ள எராளமான விஷயங்கள் கிடைக்கும். ஏனைய முன்னணி ஆட்டக்காரர்கள் போல திராவிட் பரபரப்பானவர் கிடையாது. ஆனால் வாழ்க்கை என்பது பரபரப்பினாலும், புகழ் வெளிச்சத்தினாலும் மட்டுமே ஆனதல்ல. அது ஸ்திரமான, நீடித்து நிற்கக்கூடிய செயல்பாடு களால் நிலைபெறுகிறது.

டெஸ்ட் கிரிக்கெட் விளையாடக்கூடிய பத்து நாடுகளிலும் சதமடித்த ஒரே பேட்ஸ்மென் உலகில் உண்டென்றால் அது திராவிட் மட்டுமே. டெஸ்ட் மற்றும் ஒரு நாள் ஆட்டம் என

இரண்டிலும் பத்தாயிரம் ரன்களுக்கு மேல் குவித்த இந்தியர். (இன்னொருவர் டெண்டுல்கர்) இந்திய மைதானங்களைவிட அந்நிய பிட்ச்சுகளில் அதிக சராசரி ரன் எடுத்த வெகு சில பேட்ஸ்மேன்களில் ஒருவர். இந்திய ஆடுகளத்திலும் அவரால் சோபிக்கமுடியும். பவுன்சிங் பிட்ச் என அழைக்கப்படும் ஆஸ்திரேலியாவிலும் கலக்கமுடியும். மற்றவர்கள் தடுமாறுகிற எந்த விக்கெட்டிலும் அவரால் தடுத்தாட முடியும்.

ராகுல் திராவிடின் பேட்டிங் பாணியில் இருந்து பங்குச்சந்தை முதலீட்டாளர்கள் எதையாவது கற்றுக்கொள்ள முடியுமா என நான் ஆராயத் தொடங்கி ஒன்பது ஆண்டுகள் ஆகின்றன. அப்போது அவர் இந்திய அணியின் கேப்டனாக விளையாடினார். அதற்குப் பின்னர் சில பேர் கேப்டன் பதவியை அலங்கரித்தனர். பல பேர் நட்சத்திரங்களாக வலம் வந்துள்ளனர். ஆயினும் திராவிட் ஏற்படுத்தியதற்கு ஈடான தாக்கத்தை வேறு யாரும் ஏற்படுத்தியதில்லை.

டெஸ்ட் போட்டிகளில் எதிரணி பந்து வீச்சாளர்களை அயரச் செய்து, களைப்படைந்த பின் வரும் நல்ல பந்துக்காகக் காத்திருக்க அவர் வெட்கப்பட்டதே இல்லை. டெஸ்ட் கிரிக்கெட் ஐந்து நாள்களுக்கு மட்டுமே ஆடப்படுவது. ஆனால் பங்கு முதலீடு ஆயுள்காலத்துக்கும் ஆடுகிற ஆட்டம். நாள் தோறும் காணும் பங்கு விலை 'ஆஃப் ஸ்டம்ப்' க்கு வெளியே வீசப்படும் பந்துபோல. அடித்துத்தான் ஆகவேண்டும் என்று பந்து நம்மைக் கட்டாயப்படுத்துவது இல்லை.

மோசமான பந்தோ அல்லது 'ஃபுல் டாஸோ' வீசும்போது சக்தி அனைத்தையும் ஒருசேரத் திரட்டி நடு மட்டையில் விளாசி அடித்து பவுண்டரியோ சிக்ஸரோ சேர்த்துக்கொள்ளலாம். திராவிட் ஒரு பந்தில் அதிக பட்சமாக 6 ரன் தான் அடிக்கமுடியும். நாமோ நமது சக்தி, பணபலம், மனபலம் இவற்றுக்கு ஏற்றவாறு எத்தனை கோடிகளை வேண்டுமானாலும் திரட்டி அடிக்கலாம். அதன் பின் மீண்டுமொரு 'ஃபுல் டாஸ்' பந்துக்காகக் காத்திருக்கலாம்.

ஒரு பந்தையோ அல்லது தொடர்ச்சியாக ஒரு ஓவரையோ ஆடாமல் விட்டாலும் பங்குச்சந்தையில் நாம் ஆட்டமிழப்ப தில்லை. தவறாக ஆடி கேட்ச் கொடுத்தால் ஒழிய யாரும் நம்மை அவுட் ஆக்க முடியாது.

லட்டு மாதிரி ஒரு பந்தைத் தவறவிட்டாலும் பரவாயில்லை. அதைத் தவறவிட்ட ஆத்திரத்தில் அடுத்த பந்திலேயே சிக்ஸர் அடிக்க நினைக்காதீர்கள். உணர்ச்சியைக் கட்டுப்படுத்திக் கொண்டு நல்ல முதலீட்டு வாய்ப்பு வரும்வரை காத்திருப்பது எளிதான காரியமல்ல. பல பேருக்கு இயலாத காரியம். மறு முனையில் இன்னொரு பேட்ஸ்மேன் அடித்து ஆடினால் தானும் அடித்துத் தான் ஆகவேண்டும் என நினைப்பது முட்டாள்தனம்.

நீங்கள் ஆட்டமிழக்கும் பந்து (பங்கு) எது என்பது ஒரு வேளை உங்களுக்குத் தெரியாமல் இருக்கலாம். நிச்சயமாக அடித்து ஆடக்கூடிய பந்து எது என அடையாளம் காணச் சிரமம் இருக்காது. அதில் மட்டும் கவனம் செலுத்தினால் போதும்.

எவ்வளவு மோசமாக ஆடுகளமாக இருந்தாலும், ஐந்து நாள் போட்டியில் சுலபமாக ஆடக்கூடிய பந்துகள் ஐந்தையாவது எதிர் நோக்கலாம். அதே பாணியில், அவ்வளவு மோசமான பொருளாதாரச் சூழலிலும் ஒரு ஆண்டில் குறைந்தபட்சம் ஐந்து சூப்பர் முதலீட்டு வாய்ப்புகளைப் பெறுவது நிச்சயம்.

அது வரைக்கும் காத்திருக்கமுடியாதென தினம் தினம் வாங்கி விற்று உழன்று கொண்டிருந்தால், ஆயுள்காலம் முழுவதும் விளையாடும் இந்த ஆட்டத்தில் நல்ல பந்து கிடைக்கும் தருணத்தில் அடிப்பதற்குத் தெம்பில்லாமல் போய்விடும்.

19

ரிஸ்க்

இந்த ஒற்றை வார்த்தைக்கு எப்படி வேண்டுமானாலும் அர்த்தம் கற்பிக்கலாம். எனினும் ரிஸ்க்கானதென நாம் நம்பும் விஷயங் களில் அநேகமானவை எதோ ஒரு தவறான காரியத்தோடு தொடர்புடையதாகவே அமைந்துவிடுகின்றன. 'லஞ்சம் வாங்கறத யாராவது பாத்துட்டா ரிஸ்க் ஆகிடும் ஸார்', 'வீட்டுல வேண்டாம் மச்சி, அப்பா வந்துட்டார்னா ரிஸ்க்', 'எக்ஸாம்ல பிட் அடிச்சி மாட்னா ரிஸ்க்டா' இப்படியாக தவறு செய்வதால் பிடிபடுவோம் என்பதையே ரிஸ்க் என்ற சொல்லுக்கான பொருளாக பெரும்பாலான தருணங்களில் கடந்து வருகிறோம்.

ஆனால் ரிஸ்க் ஒன்றும் நெகட்டிவான வார்த்தையல்ல. அதை நெகட்டிவான செய்கைகளோடும், பாதகமான விளைவுகளுக் கான அச்சுறுத்தல்களோடும் மட்டுமே தொடர்புபடுத்திப் பார்க்க வேண்டியதில்லை. நிறைய பாசிட்டிவான செய்கைகளுக்கும் திட்டமிடல்களுக்கும் ஆதாரமாக இருப்பது ரிஸ்க் மேலாண்மை.

ரிஸ்க் மேனேஜ்மெண்ட் ஒன்றும் எம்பிஏ வகுப்பில் மட்டுமே பயிற்றுவிக்கப்படும் பாடமல்ல. பெரிய கார்ப்பரேட் நிறுவனங் களுக்கு மட்டுமே உரித்தானதுமல்ல. பல வடிவங்களின் நாம் பின்பற்றுவதுதான். ஆழம் தெரியாமல் காலை விடுவது தவறென்று முன்னோர் சொல்லியிருக்கிறார்களே அதுதான் ரிஸ்க்.

ரிஸ்க் என்பது நிச்சயமற்ற தன்மையின் அளவுகோல். 'கால்குலேட்டேட் ரிஸ்க்' பற்றி கிரிக்கெட் வர்ணனைகளில் கூறுகிறார்களே! ஒரு பந்தை நிதானமாகத் தடுத்து ஆடினால் அவுட் ஆகும் சாத்தியம் குறைவு. அதே நேரம் ரன் எடுக்கும்

வாய்ப்பும் குறைவு. இதில் ரிஸ்க்கே கிடையாது. சுவாரசியமும் கிடையாது.

வீசுகிற பந்தையெல்லாம் அடித்து ஆடினால் கிடுகிடுவென்று ஸ்கோர் செய்யலாம். ஆனால் நிதானமில்லாத ஆட்டத்தில் சீக்கிரம் அவுட் ஆகி விடுவதற்கான ஆபத்து நிறைந்திருக்கிறது. அதற்காக அடிக்காமலே இருக்க முடியுமா என்ன? அப்படி இழுத்தடிப்பதில் என்ன பிரயோஜனம்?

அவுட்டும் ஆகக் கூடாது. ரன்னும் சேர்க்கவேண்டும். அதில்தான் திறமை ஒளிந்திருக்கிறது. அடித்து ஆடினால் அவுட்டாகும் அபாயமுண்டு. அதில் ரிஸ்க் என்ற சூட்சுமம் பொதிந்திருக்கிறது.

கிரிக்கெட்டைப் போலத்தான் முதலீடுகளும். ரன் சேர்ப்பதையும் முதலீடு செய்த பணம் வேகமாக வளர்வதையும் ஒரே மாதிரி நோக்கலாம். அதற்கு மாறாக நாம் செய்த முதலீடு பெருத்த நஷ்டமடைவதை கிரிக்கெட்டில் அவுட் ஆவதோடு ஒப்பிடலாம். முதலீடு எனப்படும் ஆட்டத்தில் ரிஸ்க் என்பது நாம் செய்த முதலீட்டின் மதிப்பு குறைந்து போகுமோ என்ற அச்சத்தின் வெளிப்பாடு.

உதாரணத்துக்கு நூறு ரூபாயை வங்கியில் வைப்பீடு செய்தால் ஒரு வருடம் கழித்து 108 ரூபாய் கிடைக்கிறது என வைத்துக் கொள்வோம். இது நிச்சயமான லாபம். எவ்விதமான ரிஸ்க்கும் இல்லை.

இதற்குப் பதிலாக பங்குச்சந்தையில் அல்லது பரஸ்பர நிதியில் (மியூச்சுவல் ஃபண்ட்) அதே நூறு ரூபாயை முதலீடு செய்யும் பட்சத்தில், நமது முதலீடு இவ்வளவுதான் வளருமென்று யாரும் உறுதியாகச் சொல்ல முடியாது. நூறு ரூபாய் 150 ஆகலாம். 200 ஆகலாம். 300 ஆகக்கூட மாறலாம். நமது கெட்ட நேரம் 80 ஆகவோ, 50 ஆகவோகூடச் சரியலாம். அல்லது நூறிலேயே தேங்கிவிடலாம். யாராலும் உறுதியாகச் சொல்ல முடியாது.

நூறு ரூபாய் 150 ஆகும் பட்சத்தில் 'நல்ல வேளை வங்கியில் போடவில்லை' என்று நம்மையே மெச்சிக் கொள்வோம். அதுவே 50 ஆகக் குறைந்திருந்தால் 'பேசாம பேங்க்ல போட்டிருந்தா நிம்மதியா இருந்திருக்கலாம். ரிஸ்க்கே இல்லை' என நொந்து கொண்டிருப்போம்.

இங்குதான் நாம் நம்மைப் புரிந்துகொள்ள வேண்டும். நமது ரிஸ்க் எடுக்கும் திறன் என்னவென்பதை அறிந்துகொள்ள வேண்டும். சிலருக்கு ரிஸ்க் எடுப்பது அறவே ஆகாது. சிலருக்கு ரிஸ்க் எடுப்பது ரஸ்க் சாப்பிடுவது போல. இன்னும் சிலர், 'அப்பப்ப ரிஸ்க் எடுக்கலாம். தப்பில்லை' என வரம்பு வைத்திருப்பார்கள். இதில் நாம் யாரென்று தெரிந்துகொள்வது நலம்.

உங்களது முதலீட்டு முடிவுகள் தவறாக அமையும்போது உங்கள் மனநிலை எப்படியிருக்கும்? சூதாட்டத்துக்கும் முதலீட்டுக்கு மான வித்தியாசம் உங்களுக்குத் தெரிந்திருக்கிறதா? நிச்சயமான லாபம் என நம்பும்போது கடன் வாங்கிக்கூட முதலீடு செய்வீர்களா? உங்கள் முதலீடு நஷ்டத்தில் செல்லும்போது உங்களுக்கு இரவில் தூக்கம் வருகிறதா? இந்தக் கேள்விகள் நீங்கள் ரஸ்க் விரும்பியா இல்லையே எனச் சொல்லிவிடும்.

தவறுதலாக முடிவெடுப்பதோ, நாம் எடுக்கும் முடிவுகள் எதிர்பாராத எதிர்மறை முடிவுகளைத் தருவதோ பரவாயில்லை. அவற்றைத் திருத்திக் கொள்ளவும் பாடம் கற்கவும் முடியும். ஆனால் நாம் எடுக்கும் முடிவுகள் தவறாகப் போய் விடுமென்ற பயத்தில் முடிவே எடுக்காமல் இருப்பதுதான் உள்ளதிலேயே பெரிய ரிஸ்க்.

முதலீடு செய்தால் நஷ்டமாகிவிடும் என்ற அச்சத்தில் காலம் முழுவதும் பெட்டியில் வைத்துப் பத்திரமாகப் பூட்டி வைத்திருப்பது அல்லது வங்கியில் கிடைக்கும் சொற்ப வட்டிக்கு டெபாசிட் செய்வதுதான் நிதி நிர்வாகத்தில் மாபெரும் ரிஸ்க். ஓய்வு பெறும்போது அந்தப் பணத்தின் மதிப்பைப் பணவீக்கம் அரித்துத் தின்றிருக்கும்.

அதிக சம்பளம் கிடைக்கும் வேலைக்குச் சென்றால் எப்போது வேண்டுமானாலும் வீட்டுக்கு அனுப்பிவிடுவார்கள் என்ற பயத்தில் குறைவான சம்பளத்தில் காலம் முழுவதும் ஒட்டிக் கொண்டிருக்கும் மனோபாவத்துக்கும் இதற்கும் பெரிய வித்தியாசமில்லை.

நான் ரிஸ்க் எடுக்க மாட்டேன் என்று சொல்லிக்கொண்டே ரிஸ்க் எடுத்துக் கொண்டிருக்கிறார்கள் பலர்.

20

தந்தை மகனுக்கு ஆற்றும் உதவி

ரிஸ்க் பற்றி சென்ற இதழிலேயே பேசினோம்.

நிச்சயமற்ற தன்மையே வாழ்க்கை மீதான பயத்தை நமக்குத் தருகிறது. அந்தப் பயமே உறக்கமற்ற இரவுகளையும், வாழ்க்கை யில் செட்டில் ஆகிவிட வேண்டுமென்ற வேட்கையையும் தருகிறது. அதுவே வாழ்க்கையைச் சுவாரசியமாகவும் ஆக்குகிறது. இன்சூரன்ஸ் துறை இந்த நிச்சயமற்ற தன்மையைச் சுற்றியே இயங்குகிறது.

நேரடியாகவே விஷயத்துக்கு வருவோம். வாழ்வின் மிகப் பெரிய ரிஸ்க் என்னவாக இருக்கும்? ஆம், மனிதனின் மரணம். ஒருவேளை நீங்கள் அற்ப ஆயுளில் இறந்தால் அது ரிஸ்க். உங்கள் வருமானம் நின்றுபோகும். குடும்பம் சிரமத்துக்கு ஆளாகும். அதனால் குறைந்தபட்சம் உங்கள் வருடாந்திர வருமானத்தில் ஐந்து மடங்கு தொகைக்காவது ஆயுள் காப்பீடு செய்து கொள்வது முக்கியம்.

அதைவிட முக்கியமான ரிஸ்க் ஒன்றுள்ளது. அது நீண்ட காலம் வாழ்வது. சாவதுதானே ரிஸ்க். சாகாமல் இருப்பது எப்படி ரிஸ்க் என நீங்கள் நினைக்கலாம்.

இப்போதெல்லாம் முப்பது வயதில் முதுகுவலி, முப்பத்தைந்தில் சர்க்கரை, நாற்பது வயதில் ரத்த அழுத்தம் வந்து சேர்ந்து விடுகிறது. கடந்த தலைமுறையினர் ஐம்பது வயதில் சந்தித்த உடல் நலம் சார்ந்த பிரச்னைகளை இப்போது நாற்பதிலேயே சந்திக்கிறோம்.

இன்னொரு பக்கம் இந்தியர்களின் சராசரி ஆயுள் கூடிச் செல்கிறது. வியாதிகளைக் குறித்த புரிதல், உடல் நலம் பற்றிய அக்கறை மற்றும் மருத்துவ வசதிகள் இதைச் சாத்தியமாக்கி யிருக்கிறது. ஆனால் இதற்கு ஒரு விலை கொடுக்க வேண்டியிருக்கிறது. அந்த விலை நாளுக்கு நாள் அதிகரித்தும் வருவதைக் கண்கூடாகக் காண்கிறோம்.

வாழ்க்கை வேறு. பயனுள்ள வாழ்க்கை வேறு. நமது வாழ்க்கை நாலு பேருக்கு உபயோகமாக இருத்தல் அவசியம். நாலு பேரை இம்சிக்கும் வகையில் அது அமைந்தால் கொடுமை. வாஷிங் மெஷினைப் போல, பழைய பைக்கைப் போல மனிதனுக்கும் useful life இருக்கிறது. அதன் பிறகு காலாவதி ஆகிறது. அதைப் பராமரிப்பதற்கு ஆகும் செலவு அதனால் கிடைக்கும் பலனை விடப் பல மடங்காகி, 'இதை ஒழிச்சுக் கட்டணும்' என்று நினைக்க வைக்கும்.

மகனோ, மருமகளோ தூங்கும் சமயத்தில் பேரக் குழந்தைகளின் தொட்டிலை ஆட்டும்போது அவர்கள் வேலைக்குச் சென்ற பிறகு குழந்தைகளைப் பள்ளியில் இருந்து அழைத்து வரும் போது, கதை சொல்லி வளர்க்கும்போது, மகனுக்கு செம்மறியாடு மேய்த்துக் கொடுத்து வருமானம் ஈட்டும்போது எல்லோருக்கும் பிடிக்கும். கொண்டாடத்தான் செய்வார்கள்.

அந்த வேலைகளைச் செய்ய முடியாமல் போகும் சமயத்தில் அல்லது அந்த வேலைகளைச் செய்ய வேண்டிய அவசியம் நிற்கும்போது பெருசுகள் குடும்பத்துக்குப் பெருஞ்சுமையாக மாறுவார்கள். குழந்தையின் ஸ்கூல் ஃபீஸா, கிழவனின் மருத்துவச் செலவா என்ற நெருக்கடிக்கு ஆளாவது விவரிக்க முடியாத தர்மசங்கடம். அந்த நிலைக்கு மகனையோ, மகளையோ தள்ளுவது முறையல்ல.

தற்போது உலகிலேயே இளைஞர்களை அதிக எண்ணிக்கையில் கொண்ட நாடு இந்தியா. இந்தியர்களின் சராசரி வயதே 25-26 ரீதியில்தான் உள்ளது. இது வேலைக்குச் சென்று சம்பாதிக்கிற வயது. உழைக்கும் வயதில் பெரும்பான்மை மக்களைக் கொண்டுள்ள நாடு இந்தியா. குழந்தைகளையும், வயோதிகர் களையும் விட இளைஞர்களை அதிக எண்ணிகையில் கொண்டிருக்கிறோம். நிறைய பேர் உழைப்பினை ஒரு சிலர் மட்டும் சார்ந்திருக்கிறார்கள்.

இன்னும் இருபது ஆண்டுகள் கழித்து இது மாறுதலடையும். சிலரது உழைப்பைப் பலர் சார்ந்திருக்க நேரிடும். சம்பாதிக்கிறவர்கள் தமது குழந்தைகளையும், வயதான பெற்றோர்களையும் பேண வேண்டிய கட்டாயத்துக்கு ஆளாவார்கள். குழந்தைகளை ஒதுக்கமுடியாது. ஏனெனில் அவர்களே எதிர்காலம். ஆனால் முதியவர்கள்? மரம் வேண்டுமானால் மண்ணுக்குப் பாரமில்லாமல் போகலாம். காலாவதியான மனிதன்?

அதிலும் குறிப்பாக ஒற்றைக் குழந்தையே போதுமென்று கருதுகிற பெற்றோர்கள் சிந்திக்கவேண்டும். ஒரு குடும்பத்தின் ஒற்றை மகளும், இன்னொரு குடும்பத்தின் ஒற்றை மகனும் திருமணம் செய்து ஒற்றைப் பேரக் குழந்தை பிறக்கிறது என்று வைத்துக் கொள்வோம். (அப்படி நிறைய காண்கிறோம்) அந்தப் பேரக் குழந்தை எத்தனை கிழடுகளின் முதுமையைச் சுமக்க வேண்டியிருக்கும்! நான்கு தாத்தா, பாட்டிகள் + இரண்டு பெற்றோர், மொத்தம் ஆறு பேர்.

வளர்க்கிற காலத்தில் மகன் பொறுப்பில்லாமல் சுற்றுவதாக அப்பாவும், வளர்ந்தபிறகு, 'எங்கப்பன் என்ன சேர்த்து வைத்திருக்கிறான்?' என மகனும் நினைப்பது எல்லாக் காலத்துக்கும் பொருந்தும். அந்த வசையோடு சேர்த்து நமது முதுமையைச் சுமக்கும் வசையும் நம் குழந்தைகள் பாடுவது அவலம்.

சீக்கிரம் செத்துப் போவது மட்டும் ரிஸ்க் இல்லை. ரொம்ப நாள் சாகாமல் இருப்பதும் ரிஸ்க்தான். சீக்கிரம் சாகும் ரிஸ்க்கை ஆயுள் காப்பீடு மூலம் கையாளும் நாம், நீண்ட நாள் உயிரோடிருக்கும் ரிஸ்க்கை ரிட்டையர்மெண்ட் பிளானிங் மூலமே கையாண்டே தீர வேண்டும்.

ஓய்வு காலத்தில் நிதித் தேவைகளுக்காக மக்களைச் சார்ந்திராமல் இருக்க ஃபினான்ஷியல் பிளானிங் உதவும். கூடவே உடல் ரீதியான தேவைகளுக்காகச் சார்ந்திராமல் இருக்க ஆரோக்கியத்தைப் பேணுவது உதவும். இந்த இரண்டையும் ஒரு சேரத் திட்டமிடுங்கள்.

தந்தை மகனுக்கு ஆற்றும் உதவி கடைசிக் காலத்தில் அவனை இம்சிக்காமல் வாழ்வதே!

21

தங்கம் மகளுக்காக

மத்திய அரசு 'செல்வ மகள் சேமிப்புத் திட்டம்' என்ற அஞ்சலக சேமிப்புத் திட்டத்தைத் தொடங்கியது பலருக்குத் தெரிந்திருக்கிறது. படித்த, படிக்காத பலரும் அதைப் பயன்படுத்த முனைகிறார்கள். நமது புதிய தலைமுறையில் கூட அதைப் பற்றிய கட்டுரையொன்று சில வாரங்கள் முன்னர் வெளியானது.

இது நிறைய பெற்றோர்களை நீண்ட கால நோக்கில் சேமிக்கத் தூண்டுகிறது. மகள்களுக்காகச் சேமிப்பது நல்லது - குறிப்பாக அப்பாக்கள் சேமிப்பது. ஏனென்றால் பெண்கள் பொதுவாகவே பண விஷயத்தில் ஓரளவு சிக்கனமாக இருப்பார்கள் என்ற கருத்து நிலவுகிறது. 'சேர்த்த பணத்தைச் சிக்கனமா செலவு செய்ய பக்குவமா அம்மா கையில கொடுத்துப் போடு செல்லக் கண்ணு' என பழைய திரைப்படப் பாடல்கூட அதனையே நினைவூட்டுகிறது.

ஆனால் அப்பாக்கள் சேமிப்பதற்கும் பெண் குழந்தை பிறப்பதற்கும் ஏதோ தொடர்பு இருக்கவேண்டும். நானறிந்த வரையில் பொறுப்பில்லாமல் திரிந்த பல ஆண்கள் பெண் குழந்தை பிறந்த பிற்பாடு மாறியிருக்கிறார்கள். காதலுக்கும் கல்யாணத்துக்கும் பிறகு ஆண்கள் மாறத்தான் செய்கிறார்கள். இருந்தாலும் மகளைப் பெறுகிறபோது கூடுதலாக மாறுகிறார்கள்.

மகள் பிறக்கும்போது அப்பாவும் கூடவே பிறக்கிறான். பெண் குழந்தைக்குத் தகப்பனாக இருப்பதைப் போல ஆசீர்வதிக்கப் பட்ட விஷயங்கள் இந்த உலகில் வெகு சிலவே இருக்கும். எத்தனை முரடனாக இருந்தாலும் மகள்கள் விஷயத்தில் அப்பாக்கள் இளகியே நிற்கிறார்கள். எமோஷனலாக என்றில்லை. ஆழமாக யோசித்து எதார்த்தமான நடைமுறைத் திட்டமிடல்களையும் சேர்த்தே செய்கிறார்கள்.

அவற்றில் முக்கியமானது நகை சேமிப்புத் திட்டம். செல்வ மகள் திட்டம் வராவிட்டாலும்கூட நகைக் கடைகளில் சீட்டுப் போடுவது இங்கு பரவலாகக் காணும் காட்சியாக உள்ளது. தம் சக்திக்கு ஏற்ப மாதாந்திரம் குறிப்பிட்ட ஒரு தொகையைச் செலுத்தி அது முதிர்வுறும் போது செய்கூலி, சேதாரம் இல்லாமல் நகையாக எடுத்துக்கொள்ளும் வாய்ப்பினை இவ்விதமான திட்டங்கள் வழங்குகின்றன.

எனக்குத் தெரிந்த ஒரு குடும்பம் இருக்கிறது. மிக வசதியாக வாழ்ந்த குடும்பம். பிசினஸில் ஏகப்பட்ட வருமானம். செல்வத்தில் புரண்டார்கள். அதனால் சேர்த்து வைக்க வேண்டிய அவசியமின்றி ஆடம்பரமாக வாழ்ந்தார்கள். உலகமய மாக்கலில் எல்லாம் தலைகீழாக மாறியது. பிசினஸை இழுத்து மூட வேண்டி வந்தது. சொந்த வீட்டை இரண்டு கோடிக்கு விற்று கடனை அடைத்துவிட்டு வேவ்வேறு வேலைகளைச் செய்தார் குடும்பத் தலைவர். வரவுக்கும் செலவுக்கு சரியாக இருந்தது. சரியாக இருந்தது என்பதைவிடச் செலவு வரவை விட அதிகமாகப் போனதால் மனைவியின் நகைகள் அடகுக்குச் சென்று அதில் முழுகியதும் நடந்தது.

அவருக்கு இரண்டு மகள்கள். இருவரும் நல்ல குழந்தைகள். ஆனால் வெயில் படாமல் சொகுசாக வளர்ந்தவர்கள். தற்போது திருமணத்துக்குக் காத்திருக்கும் வயது. கல்லூரியில் படித்தார்கள் என்றாலும் சாஃப்ட்வேர் நிறுவனங்களில் வேலைக்குச் சேரும் அளவுக்கெல்லாம் படிக்கவில்லை.

அந்தக் குடும்பத்தில் அப்பா புலம்பிக் கொண்டிருக்கிறார். இரண்டு மகள்களுக்கும் குண்டுமணி அளவுகூடத் தங்கம் சேர்த்து வைக்கவில்லை! ஒரு பெண்ணுக்கு 50 பவுன் என்றாலும் மொத்தமாக நூறு பவுன் நகைக்கு 25 லட்ச ரூபாய் தேவைப்படும். அதைவிடக் குறைவாக மகளுக்குச் செய்யமுடியாது எனக் கவலைப்படுகிறார்.

கையில் தாராளமாகப் பணம் புரண்டபோது (பதினைந்து ஆண்டுகளுக்கு முன்னர்) ஒரு மாத வருமானத்தில் இதை அவரால் வாங்கியிருக்க முடியும். அப்போது அவருக்கு அது அவசியமாகப் படவில்லை. ஒரேயடியாக நகை வாங்கிக் குவித்திருக்க வேண்டியதில்லை என்றாலும் அவ்வப்போது வாங்கியிருக்கலாம். இல்லாவிட்டால் மாதம் ஆளுக்கு ஒரு

கிராம் வாங்கியிருந்தால்கூட பதினைந்து ஆண்டுகளில் 45 பவுன் சேர்ந்திருக்கும். விரலுக்குத் தக்க வீக்கமென அதைக் கொண்டு திருமணத்தை நடத்தியிருக்கலாம்.

இப்போது அவர் சிறு பெண் குழந்தைகளைப் பெற்ற ஆண்களைக் காணும் போதெல்லாம் நகைக் கடைகளில் சீட்டுப் போடுமாறு சொல்லுகிறார். அனிச்சையாக சேமிப்புப் பழக்கத்தைத் தூண்டுகிற அத்தகைய திட்டங்கள் ஏராளமாகக் கிடக்கின்றன.

பகுத்தறிவோடு நோக்கினால் தங்கம் நல்ல முதலீடு அல்ல வென்று புரியும். இன்னும் சொல்லப் போனால் தங்கம் முதலீடே இல்லை. பணவீக்கத்தை விட அதாவது விலைவாசி ஏற்றத்தை விட, கூடுதலாக லாபம் தருகிறவை மட்டுமே முதலீடு என்கிற வரையறைக்குள் வரும். அதன் அடிப்படையில் தங்கம் முதலீடே கிடையாது.

அதேபோல தங்கம் எப்போதும் ஏறுமுகமாக இருக்கும் எனக் கருதுவதும் தவறு. ஏறுவது போலவே இறங்கவும் செய்யலாம். அப்படியே தேங்கியும் போகலாம். 1980 - 2000 காலகட்டத்தில் வெறும் 3.3 மடங்கு மட்டுமே தங்கத்தின் விலை ஏறியது. ஆண்டுக்குச் சராசரியாக 6 அல்லது 7 சதவீத லாபம் மட்டுமே தந்தது. இந்தக் காலகட்டத்தில் நமது வங்கிகள் இதைவிட அதிகமான வட்டி கொடுத்தன.

ஆக தங்கம் முதலீடு கிடையாது. பகுத்தறிந்து பார்த்தால் முட்டாள்தனமாகப் பணத்தைப் போட்டு முடக்கி வைக்கும் இடமாகத் தோன்றலாம். ஒட்டுமொத்தமாக எல்லாப் பணத்தை யும் போட்டு நகை வாங்குவதும், வட்டிக்கு லோன் போட்டு நகை வாங்குவதும் தேவையற்றது என்றாலும் கூட குறைந்த பட்ச தங்கம் அவசியமானது.

ஆனால் அது ஒரு பாதுகாப்பு. பெண் குழந்தையை வைத்திருக்கும் பெற்றோருக்குத் தவிர்க்க முடியாத சமூகக் காரணி. அது ஒரு வகையான சேமிப்பு. நிதி மேலாண்மை என்பது முதலீட்டினால் மட்டும் ஆனதல்ல. சேமிப்பும் அதில் அவசியமான அம்சம்.

22

கார் என்னும் மாயை

'நான் மட்டும் உன்னைக் கல்யாணம் செய்யலைன்னா இந்நேரம்.'

'எனக்கு எங்கெங்கோ இருந்து மாப்பிள்ளை வந்துச்சு,. அதெல்லாம் விட்டுட்டு விதியேன்னு உங்களைக் கட்டி வெச்சுட்டாங்க'

இப்படி நீங்களும் கேள்விப் பட்டிருப்பீர்கள். உங்கள் வீட்டிலும் பேசியிருப்பீர்கள். இதே வசனத்தை கணவன் மனைவியை நோக்கியோ, மனைவி கணவனை நோக்கியோ பேசியிருக்க வேண்டிய அவசியம் இல்லை. வெவ்வேறு பொருளில், வெவ்வேறு பொருள்களைப் பற்றிப் பேசியிருக்கலாம்.

உதாரணத்துக்கு ஒரு சம்பவம் சொல்கிறேன். சுமார் பன்னிரண்டு வருடங்களுக்கு முன்னர் நடந்த உண்மைச் சம்பவம். அப்போது எனக்கு இரு நண்பர்கள் இருந்தனர். இருவருக்குமே கையில் ஐந்து லட்ச ரூபாய் இருந்தது. ஒருவர் அந்தப் பணத்துக்கு ஃபோர்ட் கார் வாங்கினார். இன்னொருவர் மேடவாக்கத்துக்கு அருகில் ஒரு கிரவுண்ட் இடம் வாங்கிப் போட்டார்.

இன்றைக்கு அந்த காரை ஒன்னேகால் லட்ச ரூபாய்க்கு யாராவது கேட்டால் கொடுத்து விடும் யோசனையில் இருக்கிறார் முதலாவது நண்பர். இரண்டாவது நண்பரின் இடத்தை ஒன்னேகால் கோடி ரூபாய்க்குக் கேட்கிறார்கள். அவரோ பிறகு பார்க்கலாம் என்று தட்டிக் கழிக்கிறார்.

இரண்டு பேரும் ஒரே மாதிரியான வேலையில் இருக்கிறார்கள். சமமான கல்வித் தகுதி படைத்தவர்கள். ஒரே மாதிரி சம்பாதிக்கிறார்கள். இருவருக்குமே இப்போது வயது நாற்பது.

அந்த ஐந்து லட்சத்தை எப்படிக் கையாண்டார்கள் என்பதில் அவர்களது வாழ்க்கைப் பயணத்தின் திசையே மாறி விட்டது. இனி மிச்சமிருக்கும் காலத்தில் ஏதேனும் அசாத்திய காரியங் களைச் செய்தாலொழிய கார் வாங்கிய நபர் மேடவாக்கத்தில் அந்த இடத்தை வாங்க முடியாது. நாற்பது வயதுக்கு மேல் மற்ற செலவுகளும் நெருக்கடிகளும் இருப்பதால் அசாத்தியம் என்பது அவருக்குச் சாத்தியமில்லாத ஒன்றே.

தான் கார் வாங்கியதை நினைத்து நண்பர் வருத்தப்படுகிறார். சாதாரணமாகவென்றால் வருத்தப்பட்டிருக்க மாட்டார். தனக்கு நெருக்கமான நண்பனும் தன்னோடு சேர்ந்து கார் வாங்கியிருந்தால் கவலைப்பட்டிருக்க மாட்டார். ஆனால் நண்பன் அதே பணத்தை வேறு விதமாகக் கையாண்டு வெற்றிகர மாகச் செயல்பட்டிருப்பதை ஒப்பிட்டுப் பார்க்கும் போது வருந்தாமல் இருக்க முடியவில்லை.

'இந்தக் கார் வாங்கினதுக்குப் பதிலா' என்று அங்கலாய்க்கிறார். அது இயல்பானதுதான்.

கார் ஒரு ஸ்டேட்டஸ் சிம்பல். சமூக அங்கீகாரத்துக்கான அளவுகோல் என்றுகூடக் கருதலாம். ஒருவன் எவ்வளவு காஸ்ட்லியான கார் வைத்திருக்கிறான் என்பதை வைத்து அவனை சுற்றமும், நண்பர்களும் மதிக்கும் விதம் கூட மாறுபடலாம். கார் வைத்திருக்கிற இளைஞனுக்கு நிறைய (புதிய) காதலிகள் கிடைக்கலாம்.

ஆனால் அதற்கெல்லாமா கார் வாங்குவார்கள்? நாம் வாங்குவதற்கான காரணம் பயன்பாடு சார்ந்ததாக இருக்க வேண்டும். காமேஷ் ஜெயச்சந்திரன் என்றொரு நண்பர் இருக்கிறார். சொந்த கார் வைத்திருப்பதற்கும் கால் டாக்ஸியில் செல்வதற்குமான ஒப்பீட்டினைச் செய்து ஃபேஸ்புக்கில் பகிர்ந்திருந்தார்.

அதில் முக்கியமானதாக அவர் குறிப்பிட்டது வருவாய் இழப்பு. ஆங்கிலத்தில் opportunity cost என்பார்கள். ஐந்து லட்ச ரூபாயை காரில் போட்டு முடக்குவதற்குப் பதிலாக வேறு எதாவது முதலீட்டில் போட்டிருந்தால் ஒரு லாபம் அல்லது வருவாய் கிடைத்திருக்குமல்லவா? அந்த லாபத்தை/ வருமானத்தை கார் வாங்கியதால் இழக்க நேரிடுகிறதல்லவா? அதுதான் opportunity cost.

கணக்கிடுவதற்கு எளிமையாக ஐந்து லட்ச ரூபாய்க்கு 10% வட்டி என்று வைத்துக்கொண்டால் ஆண்டுக்கு ஐம்பதாயிரம் வருவாய் இழப்பு. கார் இன்சூரன்ஸ் ஒரு இருபதாயிரம். சர்வீஸ் இருபதாயிரம். பெட்ரோல் முப்பதாயிரம் என எப்படிப் பார்த்தாலும் மாதம் பத்தாயிரத்துக்கு குறையாமல் ஆகுமென்று கணக்குப் போட்டார்.

அதற்குப் பதிலாக மாதத்துக்கு நான்கு முறையோ, ஐந்து முறையோ குடும்பத்தோடு வெளியே செல்லுகையில் கால் டாக்ஸியில் பயணித்தால் 3000-4000 ரூபாயைத் தாண்டாது. அதனால் கார் வாங்கும் முடிவை ஒத்தி வைத்து விட்டதாகத் தெரிவித்தார்.

இந்தத் தலைமுறையைச் சேர்ந்தவர்கள் இவ்வாறெல்லாம் யோசிப்பது மகிழ்ச்சியாக இருந்தது. ஆனால் அடிக்கடி காரில் பயணிக்க வேண்டிய கட்டாயம் உள்ளோர், நேரம் குறைவாக உள்ளோர், கால் டாக்ஸியில் செல்வதைக் காட்டிலும் சொந்த கார் வைத்திருந்தால் செலவு குறைவாக ஆகுமளவுக்கு டிராவல் செய்கிறவர்கள் சொந்த கார் வாங்குவது தவறில்லை. சொல்லப் போனால் ஃபிரிட்ஜ், வாஷிங் மெஷின் போல இன்று காரும் அத்தியாவசியப் பொருளாக மாறிவிட்டது. அதை எப்போது வாங்கவேண்டும் என்பதிலும், என்ன கார் வாங்க வேண்டும் என்பதிலும், எவ்வளவு செலவழிக்கலாம் என்பதிலுமே வேறுபட்ட கருத்துகள் எழுகின்றன.

குடும்பஸ்தனுக்கு கார் தேவைப்படலாம். பேச்சுலருக்கு எதற்கு கார்? என்னதான் வசதியான குடும்பமாக இருந்தாலும், செல்லமாக வளர்ந்த பையனாக இருந்தாலும் அளவுக்கு மீறிய ஆடம்பரமாக எதுவும் தேவையில்லை. பேச்சுலராக ஐந்து லட்சத்துக்கு கார் வாங்கியவரையும், அதே ஐந்து லட்சத்துக்கு மேடவாக்கத்தில் இடம் வாங்கியவரையும் இன்று ஒப்பிடக்கூட முடியாது. இத்தனைக்கும் அவர் மிக வசதியான குடும்பப் பின்னணி கொண்டவர் கிடையாது.

இரண்டாவது நண்பரும் பிற்காலத்தில் கார் வாங்கினார். திருமணமாகி, குழந்தை பிறந்த பிறகு கார் இருந்தால் நலமென்று கருதி வாங்கினார். அவர் விரும்பியிருந்தால் அந்த ஒரு கிரவுண்டை விற்று பென்ஸ் காரே வாங்கியிருக்கலாம்.

ஆனால் அவர் விரும்பியது அதுவல்ல. அவருக்கு வேண்டியது பயன்பாட்டுக்கு ஒரு வாகனம். இரண்டரை லட்சத்துக்கு ஒரு செகண்ட் ஹேண்ட் கார் வடிவில் அது கிட்டியது.

அவரது மனைவி, 'எனக்கு எங்கெங்கோ இருந்து மாப்பிள்ளை வந்துச்சு' என்றெல்லாம் சொல்லுவதே இல்லையாம்!

23

ஃபினான்ஷியல் ஹெல்த் செக்கப்

அசோக் நீண்ட நாளுக்குப் பின்னர் காசப்பனைப் பார்த்தார்.

பார்த்தவுடன் ஆச்சரியம் காட்டிய காசப்பன், 'என்ன அசோக், ஆளையே காணோம்?' என விசாரித்தார்.

'ஆமாங்க, மூனு மாசம் வேலை விஷயமா வெளிநாடு போயிருந்தேன்,. நேத்துத்தான் வந்தேன்' என்று அசோக் பதில் சொன்னதும், 'நல்லா வெயிட் போட்டுட்டீங்க போல, மனைவியப் பிரிஞ்சிருந்த சந்தோஷமா' என கிண்டலடித்தார்.

பதிலுக்கு 'வெளிநாட்டுல கண்ட எடத்துல கண்ட சாப்பாட்டை சாப்பிட்டேன், ஓடம்புக்கு வேலையே இல்லை. பத்து கிலோ ஏறிட்டேன். இந்த வாரம் போய் மெடிக்கல் செக்கப் செஞ்சுக்கலாம்னு இருக்கேன்' என்றார் அசோக்.

'நல்லதுதான், முப்பது வயசு தாண்டினா வருடம் ஒரு முறையாவது ஹெல்த் செக்கப் செய்யச் சொல்லி அறிவுறுத்தறாங்க' என்று ஆமோதித்தார் காசப்பன். நமக்கே தெரியாத நமது மெடிக்கல் பிரச்னைகளைக் கண்டறியவும், அதற்கேற்ப மாற்று நடவடிக்கைகளை (வாழ்க்கை முறை மாற்றம் உட்பட) மேற்கொள்ளவும் அவை உதவுவதை இருவரும் பேசினார்கள்.

பிறகு, 'ஃபினான்ஷியல் ஹெல்த் செக்கப் எப்ப செய்யப் போறீங்க?' எனக் கேட்டார் காசப்பன். ஏதோ புதிய விஷயம் என நினைத்த அசோக் ஆர்வமானார்.

'இப்ப உடல் நலப் பரிசோதனையில் உடம்பு சம்பந்தப்பட்ட பிரச்னைகளைத் தெரிஞ்சுக்கறோம். சர்க்கரை, ரத்த அழுத்தம்,

கொலஸ்ட்ரால் உள்ளிட்ட சில அடிப்படையான பிரச்னைகள் உள்ளதான்னு ஹெல்த் செக்கப் சொல்லிடும். சில சமயங்களில் இதை விட நுட்பமான பிரச்னைகளைக்கூட அடையாளம் காட்டிரும். அதன் மூலமா தேவையான ஸ்டெப்ஸ் எடுக்கறோம் இல்லையா? அதே மாதிரித்தான் ஃபினான்ஷியல் ஹெல்த் செக்கப் மேட்டரும்' எனத் தொடர்ந்தார் காசப்பன்.

நிதி நிர்வாகம் சார்ந்த பிரச்னைகளை அறிவதன்மூலம் அதற்கேற்ப மாற்றுத் திட்டங்களை மேற்கொள்ளலாம். பிரச்னை என்னவென்றே தெரியாத அறியாமையோடு வாழ்வது பெருஞ்சிக்கலில் கொண்டு போய் நிறுத்திவிடும். குறைந்த பட்சம் இதை ஆண்டுக்கு ஒரு முறையோ, ஆறு மாதங்களுக்கு ஒரு முறையோ செய்யலாம்.

'இப்ப மெடிக்கல் செக்கப் செய்ய பரிசோதனை மையம் இருக்கு. பெரிய மருத்துவமனைகளே பேக்கேஜ் வெச்சிருக்காங்க. ஆனா யாருகிட்டப் போய் இந்த ஃபினான்ஷியல் ஹெல்த் செக்கப்பைச் செய்து கொள்வது? இதுதானே நம் முன்னிருக்கும் பெரிய சவால்? யாரை நம்பிப் போவது? நாட்டில் அட்வைஸர்கள் பெருகிவிட்டார்கள். ரியல் எஸ்டேட் தரகர்கள்கூட அட்வைஸர் என விசிட்டிங் கார்ட் அடித்துக் கொடுக்கிறார்கள். இன்சூரன்ஸ் ஏஜெண்டுகள், முதலீட்டு உபகரணங்களை விற்பவர்கள் என அத்தனை பேரும் அட்வைஸராக அவதாரம் எடுக்கிற சூழலில் எச்சரிக்கையாக இருக்கவேண்டாமா?' என கவலையோடு கேட்டார் அசோக்.

'சரியாச் சொன்னீங்க அசோக். நல்ல மருத்துவர்கள் ஆலோசனைகள் மட்டுமே தருவார்கள். மருந்து கடையிலோ, பரிசோதனை மையத்திலோ கமிஷன் பெறுவதற்காக நிறைய எழுதித் தர மாட்டார்கள். நல்ல ஃபினான்ஷியல் அட்வைஸரும் அப்படித்தான். நிதித்துறை ஆலோசகர்களைப் பற்றித் தனியாகப் பேச வேண்டியிருக்கிறது. 'ஃபைனான்ஷியல் குரு' என யாரை ஏற்றுக்கொள்வது என்பது குறித்தெல்லாம் பிறகு பேசலாம். இப்போதைக்கு ஃபினான்ஷியல் ஹெல்த் செக்கப்பை வல்லுனரைக் கொண்டு செய்ய வேண்டியதெல்லாம் இல்லை. சில எளிமையான கேள்விகள்மூலம் நாமே செஞ்சுக்கலாம்ங் கறதுதான் சூட்சுமம். அதைச் செய்யணும்ங்கற ஆர்வம் இருந்தா போதும்'

'அந்த எளிமையான கேள்விகளை நீங்களே சொல்லிருங்களேன்' என அசோக் கேட்டதற்கு, 'சொல்றது என்ன? போன்ல வெச்சிருக்கறதை வாட்ஸப் கூடப் பண்றேன், இப்ப எதுக்கும் சொல்றேன்' என்றார் காசப்பன்.

'முதல்ல ஹைட், வெயிட் பாக்கற மாதிரி உங்க நெட்வொர்த் என்ன இருக்குனு பாக்கணும், நெட்வொர்த்னா உடைமைகள் எவ்வளவு இருக்குனு ஒரு பக்கமும், கடன்கள் எவ்வளவு இருக்குனு ஒரு பக்கமும் போட்டுப் பாக்கணும், இதுல சில உண்மைகள் தெரிய வரும்.'

அசோக் புருவத்தை உயர்த்தினார். காசப்பன் தொடர்ந்தார்.

'அந்தப் பட்டியல்ல இரண்டு வருஷத்துக்கு மேல உபயோகப் படுத்தாத பொருளையெல்லாம் கடாசிருங்க, ஒரு பொருளை நீங்க ரெண்டு வருஷமா பயன்படுத்தலைன்னா எதிர்காலத்துல அதை யூஸ் பண்றதுக்கான சான்ஸ் குறைவு.'

அதைக் கேட்ட அசோக், 'ஆமாங்க, ஒரு பழைய கம்ப்யூட்டரும் மானிட்டரும் சும்மா கெடக்குது. 13 வருஷப் பழைய சுசுகி பைக் ஒன்னும் அப்படியே தூசி படிஞ்சு கெடக்குது. காரும் ஆக்டிவாவும் இருக்கறதால அந்த பைக்கை விக்கணும்னு பாத்துக்கிட்டே இருக்கேன், நேரம் அமையல' என்றார்.

'அப்படி தள்ளிப் போடற விஷயங்களை அடையாளம் காணறதுக்கும் ஃபினான்ஷியல் ஹெல்த் செக்கப் உதவும். ஆங்கிலத்தில் procrastination என்னும் வார்த்தையைக் கேள்விப்பட்டிருப்பீங்க. சோம்பேறித்தனம் காரணமாகத் தள்ளிப் போடறது, நம் எல்லோருக்குமே இந்தப் பழக்கம் உண்டு. உதாரணத்துக்கு 25 வயதில் ஆரம்பிக்கவேண்டிய முதலீடு களை 35 வயதில் ஆரம்பிப்பது, நாளைக்கு உடற்பயிற்சி செய்து கொள்ளும் சாக்கில் அலாரத்தை அணைத்துவிட்டுத் தூங்குவது. இப்படி நிறைய. ஏன்னா இது சிம்பிள், சுகமானது. யாரும் நம்மைக் கேள்வி கேக்க மாட்டாங்க. தள்ளிப் போட்டா பாதிப்பு நமக்குத்தான். அதனால நம்மை நாமே கேட்டாத்தான் உண்டு.'

அசோக் தீவிரமாக யோசிப்பதைப் பார்த்த காசப்பன், 'நீங்க உடல் நலப் பரிசோதனையை முடிச்சுட்டு வாங்க, நிதி நிலப் பரிசோதனைப் பத்தி விரிவாப் பேசலாம்' எனக் கை குலுக்கினார்.

24

ஹெல்த் செக்கப் 2

வழக்கமாகத் தேநீர் பருகும் கடையில் காசப்பனும் அசோக்கும் சந்தித்துக் கொண்டார்கள். 'என்ன பாஸ், ஹெல்த் செக்கப் முடிஞ்சுதா?' என்று காசப்பனும், 'எத்தனை வடைண்ணே?' என்று டீக்கடை பையனும் ஒரே நேரத்தில் அசோக்கைக் கேட்டார்கள்.

'ஹெல்த் செக்கப் செஞ்ச பிறகு எண்ணெய் பலகாரங்களைச் சாப்பிடறது இல்லைன்னு முடிவு பண்ணிருக்கேன்' இருவருக்கும் சேர்த்து ஒரே பதிலாக அசோக் சொன்னார்.

'வெரி குட், அப்பறம் வேற என்னென்ன முடிவு பண்ணிருக்கீங்க?' என காசப்பன் கேட்டார்.

'தினமும் அரை மணி நேரம் யோகா செய்யப்போறேன். நேரம் இல்லைன்னு இத்தனை காலம் சொல்லிவந்தேன். ஆனா இருபத்து நாலு மணி நேரத்துல அரை மணி நேரம் ஒதுக்க முடியாதான்னு நானே கேட்டுப் பார்த்த பிறகு முடியும்னு தோணுது'.

அசோக் பேசுவதை காசப்பன் பெருமையாக ஆமோதித்துப் பேசினார். 'நிதிநிலை ஆரோக்கியத்தில் உடல்நல ஆரோக்கியம் ஒரு அங்கம். அதாவது உடம்பு ஹெல்தியா இருந்தா ஃபினான்ஷியல் ஹெல்த் தானாவே வந்துரும். சும்மாவா சொல்லியிருக்காங்க நோயற்ற வாழ்வே குறைவற்ற செல்வம்னு.'

'ஆமா பாஸ், நல்ல விஷயங்களை சொகுசா தள்ளிப் போடறோம், கெட்ட விஷயங்களைத் தவிர்க்கவோ தள்ளிப் போடவோ விரும்பாம உடனே செய்யறோம். தினம் யோகா செய்யறது நல்லதுன்னு தெரியும். ஆனா தள்ளிப் போட்டுட்டே

இருந்தேன். எண்ணெய்ல பொறிச்சது ஓவரா சாப்பிட்டா கெட்டதுனு தெரியும். ஆனா தினம் இங்கே மூணு வடை சாப்பிட்டேன். அப்படி என்ன வயசாகிருச்சு நமக்கு. பிற்பாடு டயட்ல இருந்துக்கலாம்னு இருந்துட்டேன். செக்கப் போய்ட்டு வந்ததும் மாத்திக்கிட்டேன்.' என்று அடுக்கி வைத்திருந்த வடைகளைப் பார்த்தபடியே அசோக் பேசினார்.

கூடச் சேர்ந்து சிரித்த காசப்பன், 'உடல்நலப் பரிசோதனை மட்டும்தான் செஞ்சீங்களா? இல்லை நிதிநலப் பரிசோதனையும் செஞ்சீங்களா?' என்றார்.

'இரண்டும்தான், ரிப்போர்ட் கிடைச்ச உடனே வீட்டுக்கு வந்து நானும் மனைவியும் உக்காந்து ஃபினான்ஷியல் ஹெல்த் செக்கப்பும் செஞ்சோம், ரிட்டையர்மெண்ட் பிளானிங்கு மியூச்சுவல் ஃபண்ட் SIP ஆரம்பிக்கணும் மூணு வருஷமா நினைச்சுக்கிட்டு இருந்தேன், அதை நேத்து லீவ் போட்டு முடிச்சேன்னா பாத்துக்குங்களேன்.'

'அவ்வளவுதானா?'

'இல்லையே! நீங்க சொன்ன மாதிரி உடைமைகள் ஒரு பக்கமும், கடன்களை இன்னொரு பக்கமும் பட்டியல் போட்டுப் பார்த்தோம். உபயோகமில்லாத, குறைவா வருமானம் வரும் விஷயங்களை வித்துட்டோம். என் பேர்ல இரண்டு வங்கிக் கணக்கு, என் மனைவி பேர்ல ஒரு அக்கவுண்ட் பல வருஷமா செயல்படாம கிணத்துல போட்ட கல்லு மாதிரி கிடந்தது. அதெல்லாம் குளோஸ் செஞ்சதுல நாப்பதாயிரம் தேறுச்சு. இன்னும் சில சின்னச் சின்ன சேமிப்புகள் எல்லாம் குறைவான வட்டி தருவதா இருந்துச்சு, அதையும் வித்துட்டு ஹவுசிங் லோனுக்குக் கட்டிட்டோம். வீட்டுக் கடனுக்கு 11 சதவீதம் வட்டி கட்டிக்கிட்டு எதுக்கு 7 சதவீதம் வட்டிக்கு டெபாசிட் பண்ணி வெச்சிருக்கணும்?'

'சரியான முடிவு. ஃபினான்ஷியல் ஹெல்த் செக்கப்போட முக்கியமான நோக்கமே அதிக வட்டிக்கு வாங்கின கடன்களை யும், குறைவான வருமானம் தரும் முதலீடுகளையும் குறைச்சுக் கிட்டு' என காசப்பன் சொல்லவும், 'கம்மியான வட்டிக் கடன்களையும், கூடுதல் வருமான முதலீடுகளையும் அப்படியே பேணுவதுதான்' என அசோக் கூடச் சேர்ந்துகொண்டார்.

'உடைமைகள்-கடன்களை ஆராயும் பரிசோதனை செஞ்சிருக்
கீங்க, கடன்கள் போக மிச்சமிருக்கும் உங்களோட உடைமை
மதிப்புத்தான் நெட்வொர்த். போன வருஷத்தை விட இந்த
வருஷம் நெட்வொர்த் கூடியிருக்கா, குறைஞ்சிருக்காணு கணக்குப்
போட்டுப் பாத்தீங்களா அசோக்? அடுத்த வருஷம் உங்க
நெட்வொர்த் என்னவாகணும்னு இலக்கு வெச்சிருக்கீங்களா?'

காசப்பன் கேள்விக்கு அசோக் உதட்டைப் பிதுக்கினார்.

'ஹெல்த்செக் ஒரு தணிக்கை மாதிரி, ஒன்னு நெட்வொர்த்
என்னன்னு காட்டுற பேலன்ஸ் ஷீட். அது வருஷா வருஷம்
இம்ப்ரூவ் ஆகணும். இன்னொன்னு போன போன தடவை நீங்க
ஹெல்த்செக் செஞ்ச டைம்ல இருந்து இது வரைக்குமான வரவு
செலவுக் கணக்கு.'

'ஆமா பாஸ், நீங்க கூடச் சொல்லியிருக்கீங்களே, கணக்கு
வெச்சுக்கிட்டாதான் தவிர்க்கக்கூடிய செலவு, தவிர்க்க முடியாத
செலவுன்னு பிரிக்க முடியும்னு.'

'அதேதான் அசோக் அதை ஒரு வருஷத்துக்கு ஆராய்ந்து பாருங்க.
ஒரு மாசத்துக் கணக்கைவிட ஒரு வருஷக் கணக்கு நிறைய
செய்திகளைச் சொல்லும். தவிர்க்க முடிவது என்பதைத் தாண்டி
தள்ளிப் போடக் கூடிய செலவு என்னன்னு கண்டுபிடிக்க உதவும்.
அது அவசியமாக்கூட இருக்கலாம். ஆனா அவசரமா இருக்காது.'

'நல்ல விஷயத்தைத் தள்ளிப் போடறதுக்கு ஒரு பேரு இருக்கிற
மாதிரி இந்த மாதிரி விஷயங்களைத் தள்ளிப் போடறதுக்கு
எதாவது பேர் இருக்கா பாஸ்?' என்றார் அசோக்.

'Delayed gratificationனு சொல்லுவாங்க. நுகரும் வேட்கைய
ஒத்திப் போடுவது. அதுக்காக எதையுமே ஆசைப்படாம சாமியாரா
வாழணும்னு அர்த்தமில்லை. ஆனா இது ஒரு மனநிலை. அதை
எப்படிச் சொல்றதுன்னா...' என காசப்பன் இழுத்தார்.

அதற்குள் அசோக் முந்திக் கொண்டார். 'வடை சாப்பிடறதுக்கு
சுவையா இருக்கும். ஆனா ஓவரா சாப்பிட்டா ஓடம்புக்கு
நல்லதில்லை. அதை உணர்ந்து ஏத்துக்கிட்டு சாப்பிடக்
கூடாதுங்கற முடிவை சுயமா ஏத்துக்கிற மனநிலைதான் இந்த
மனநிலை. சரியா?'

'கிட்டத்தட்ட' என காசப்பன் சிரித்தார்.

25

பணக்காரன் ஆகணும்

'சீக்கிரம் பணக்காரன் ஆகணும். அதுக்கு ஒரு வழி சொல்லுங்க.' என்று நேரடியாகவோ மறைமுகமாகவோ யாராவது யாரிடமாவது கேட்ட வண்ணமே இருக்கிறார்கள். இதில் 'சீக்கிரம்' என்ற சொல்லைக்கூட விட்டு விடலாம். 'பணக்காரன் ஆகணும், அதுக்கு வழி இருக்குமா' என நாம் அனைவருமே தேடுகிறோம்.

பணக்காரன் ஆகி என்ன செய்யப்போகிறீர்கள்? மனது ஆசைப்பட்டதை வாங்குகிற சக்தி கிடைக்கும். அப்படிச் செய்ய முடிகிறபோது சந்தோஷம் கிடைக்கும். இந்த சந்தோஷமே பணக்காரன் ஆக வேண்டுமென்ற வேட்கைக்குக் காரணமாக உள்ளது. பணம் எவ்வளவு இருந்தாலும் போதுமானதாக இல்லை.

இன்னொரு பக்கம் பணத்தின்மீது மோகம் கொண்டிருப்பவர் களை விட அதை வேண்டாமென்று நினைக்கிறவர்களிடமே அது சேர்கிறது எனலாம். எப்படி என்கிறீர்களா? பணம் தேவை யென்றிருப்பவன் வாழ்க்கையை அனுபவிக்க நினைப்பவன். பொருள் சார்ந்த வாழ்க்கையில் திளைப்பவன். ஆடம்பரமே சமூக அங்கீகாரம் எனக் கருதுகிறவன். தான் சம்பாதிப்பதில் பெரும்பகுதியைப் பொருளாக மாற்றி இன்பம் காணும் மனநிலை படைத்தவன். அவனது சந்தோஷம் அவனுக்கு வெளியே உள்ளது. அது பொருள்களின் வடிவில் உருப்பெறுகிறது.

பொருள்களின் வடிவில் மகிழ்ச்சி காண்பவனுக்கு எதிலும் திருப்தி ஏற்படுவது சிரமம். ஒன்றைவிட இன்னொன்று சிறந்ததாகத் தோன்றும். அப்படித்தான் 'என் பையனுக்கு என்ன

வாங்கிக் கொடுத்தாலும் ஒரு மணி நேரத்துல சலிச்சுப் போயிருது. அதோட மதிப்பே புரிய மாட்டேங்குது. உடனே அவனோட ஃபிரண்ட்ஸ் வெச்சிருக்கற அடுத்த பொருளைப் பத்தி பேச ஆரம்பிச்சுடறான்' என்று ரவிச்சந்திரனும் காசப்பனிடம் புலம்பினார்.

'உங்க பையனுக்கு என்ன வயசு?' என்று கேட்டார் காசப்பன்.

'12 ஆகுது. ஏன் கேக்கறீங்க?'

'நல்ல வேளை இப்பவாவது உங்களுக்கு அவனோட போக்கை மாத்தணும்னு பட்டிருக்கு, இல்லாட்டி அடுத்த வருசம் 13 ஆயிடும். டீனேஜ் வேற, மாத்தறது கஷ்டம்' என்றார் காசப்பன்.

ரவிச்சந்திரனுக்கு ஒரே பையன் என்பது அவருக்குத் தெரியும். 'அவனுக்கு மனசு நோகக்கூடாதுன்னு எது கேட்டாலும் உடனே வாங்கிக் கொடுத்திருப்பீங்க. ஆசைப்படுற பொருள் அப்பவே கிடைச்சா அதோட மதிப்பு புரியாது. எதையுமே கஷ்டப்பட்டு அடைஞ்சா மட்டுமே மதிப்பு தெரியும். அவனைச் சொல்றதவிட உங்க மேலதான் தப்புன்னு சொல்லுவேன் நான்.'

'என்ன சொல்றீங்க காசப்பன் நீங்க?' என அதிர்ந்தார் ரவிச்சந்திரன்.

'ஒரு தடவை அவன் கேட்ட உடனே பத்தாயிரம் ரூபாய்க்கு வீடியோ கேம்ஸ் வாங்கித் தந்ததா சொன்னீங்க இல்லையா! அப்ப கையில காசு இல்லாம ஆபீஸ்ல சம்பள அட்வான்ஸ் கூட அப்ளை செஞ்சீங்களே! அவனோட எப்பவாவது நீங்க உங்க சம்பளம் எவ்வளவுன்னு டிஸ்கஸ் பண்ணிருக்கீங்களா?'

இல்லையென உதட்டைப் பிதுக்கினார் ரவிச்சந்திரன்.

'நானும் என் பையனுக்குப் பணம் கொடுப்பேன். அவனுக்கு எட்டு வயசுல இருந்தே சாப்பாடு, துணிமணி, பாடப் புத்தகம் தவிர நானா எதுவும் வாங்கிக் கொடுக்கறது இல்லை. மாசம் ஆரம்பிச்ச உடனே குறிப்பிட்ட தொகையை அவன் கையில தந்திருவேன். அதுல அவன் என்ன செஞ்சாலும் சரி. பிரண்ட்ஸ் கூடச் சேர்ந்து ஊர் சுத்துனாலும் சரி. பொம்மை, கேம்ஸ்னு ஏதாவது வாங்கினாலும் சரி. இல்லைன்னா சேமிச்சு வெச்சாலும் சரி. எல்லாத்தையும் அவனே ஹேண்டில் பண்ணிக்கணும்.

அப்பத்தான் தன்னிடம் உள்ள பணத்துக்கு என்ன வாங்க முடியும்னு பார்த்து பார்த்து செலவு செய்வான். வருமானத்துக்குள்ள செலவை வெச்சுக்கணும்ங்கற அவசிய மான ஒழுக்கம் வரும். இல்லாட்டி நாம எப்பக் கேட்டாலும், எவ்வளவு கேட்டாலும் அப்பா கொடுத்திருவாருங்கற தப்பான எதிர்பார்ப்பு அவனுக்குள்ள உருவாகிரும். பின்னாடி ஒரு நாள் பணக் கஷ்டத்துல அவன் கேட்டதை வாங்கித் தர முடியாம போனா 'பெத்தா வளத்துதான் ஆகணும்'னு பஞ்ச் டயலாக் எல்லாம் பேசுவான்.'

காசப்பன் சற்று நிறுத்திவிட்டு மீண்டும் தொடர்ந்தார்.

'இருப்பதை வெச்சுக்கிட்டு சந்தோஷம் காணற மனோபாவம் ரொம்ப முக்கியம். மன நிறைவுங்கறது உள்ளார்ந்த விஷயமா மாறணும். எதை சிந்திக்கிறோம், எதை விவாதிக்கறோம், எதை வாசிக்கிறோம், என்ன சித்தாந்தத்தை விரும்பறோம் என்பதெல்லாம் ரொம்ப முக்கியம். அப்பதான் நம்ம கிட்ட நாற்பதாயிர ரூபாய் செல்போன் இருக்கணும்னு நினைக்காம நாலாயிரம் ரூபாய் போன் எனக்குப் போதும். மத்தவங்க என்ன நினைச்சா எனக்கென்னங்கற மனநிலை வரும்.

அப்படி இருக்கறவனுக்குப் பணத்தோட தேவை இருக்காது. அதுக்காக உழைக்காம சோம்பேறியா இருக்கச் சொல்லிக் கொடுக்க வேண்டியதில்லை. மகன்கள் உழைக்கட்டும், சம்பாதிக்கட்டும். பொருள் சார்ந்த வாழ்க்கையில் ஆடம்பரத் தேவைகள் குறைவா இருக்கறதால பணம் அப்படியே மிச்சமாகும். சேமிப்பாக, முதலீடாக வளரும். பணத்துனால சந்தோஷம் வருவதில்லைனு நினைக்கிற மனசுனால அவன் ஓய்வு பெற்ற காலத்திலும் பெருசா தேவை இருக்காது.'

அவசரமாக ஆமோதித்த ரவிச்சந்திரன், 'ஸோ, பணம் தேவைன்னு நினைக்கிறவனை விட தேவையில்லைனு நினைக்கிறவங்க கிட்டத்தான் அது சேரும். அதுக்காகவே அலையறவனுக்கு அது சேரவும் சேராது. அப்படியே சேர்ந்தாலும் நிம்மதி கொடுக்காது' தன் மகனிடன் பேசுவதற்கு மனதுக்குள் ஒத்திகை செய்யத் தொடங்கினார்.

26

குழந்தை வளர்ப்பு

செல்போன் அடித்ததும் காசப்பன் எடுத்தார். 'பிஸியா இருக்கீங்களா? பேசலாமா?' என மறுமுனையில் ரவிச்சந்திரன்.

'ஷூர், சொல்லுங்க. பையன் கிட்ட பேசிட்டீங்களா?என்ன சொல்றான்?'

'போன வாரம் அவனோட ஃபிரெண்ட் ட்ரீட் கொடுத்தானாம். இந்த வாரம் இவன் தரணுமாம். பணம் கேட்டான். நான் முடியாதுன்னு சொல்லிட்டேன். ஒரே ரகளை பண்ணிட்டான். வீட்டை விட்டுப் போறேன்னு மிரட்டினான்.'

காசப்பன் முந்தைய நாளே ரவிச்சந்திரனிடம் சொல்லியனுப் பிருந்தார். இந்த வயதில் ஏழாவது படிக்கிற பையன்களுக்கு இயல்பாகவே வரும் peer pressure. செல்லமாக வளர்ந்த பையனை ஒரே நாளில் மாற்றிவிட முடியாது. பக்குவமாக விளக்கிச் சொல்லவேண்டிய கட்டாயத்தில் ரவிச்சந்திரன் வீட்டுக்குச் சென்றிருந்தார்.

மகனுக்கு மட்டுமல்ல. அப்பாவாகிய ரவிச்சந்திரனுக்கும் peer pressure இருந்தது. அவர் மேட்டுக்குடி டவுன்ஷிப் ஒன்றில் குடியிருந்தார். ஆறாயிரம் ரூபாயில் வாடகைக்கே வீடுகள் கிடைக்கிற சென்னையில் அவர் குடியிருந்த அபார்ட்மெண்டில் மெயிண்டெனன்ஸ் என்ற பெயரில் ஆறாயிரம் வசூலித்தார்கள். அதைப் பற்றி கிஞ்சித்தும் கவலைப்படாத ஆட்களே அங்கிருந்தனர். விலையுயர்ந்த கார்களை ஓட்டினார்கள். ஆண்டுக்கொரு முறை அயல்நாட்டுப் பயணமோ, ஆல் இண்டியா டூரோ சென்றார்கள். அவர்களது குழந்தைகளும்

அப்படியே பணத்தைப் பற்றிக் கவலைப்படாமல் வளர்ந்தார்கள்.

எப்போதுமே நம்மை விடக் கூடுதலாகப் பணம் படைத்தவர்களுக்கு மத்தியில் வசிப்பது நல்லதல்ல என்று காசப்பன் நீண்டகாலமாகச் சொல்லி வந்தார். ஆனால் ரவிச்சந்திரன்தான் கேட்ட பாடில்லை. மேன் மக்களுக்கு மத்தியில் இருந்தால் மட்டுமே நாமும் மேன் மக்கள் ஆகமுடியும் என்று வாதிடுவார். அவர்கள் எப்போதுமே ஆயிரம் ரூபாய்க்குக் குறையாமல் பில் வரும் ஹைகிளாஸ் ஓட்டலுக்கு மட்டுமே செல்வதாகவும் பெருமிதம் கொள்வார்.

ஆனால் இப்போது தான் வாழும் வாழ்க்கையும், மகன் பயணிக்கும் பாதையும் அவருக்குக் கலக்கத்தைக் கொடுத்திருக் கிறது. தனது வருமானத்துக்கு மீறிய வகையில் மகனின் செய்கை இருப்பதை உணர்ந்தார். மாற்றியாக வேண்டிய கட்டாயம்.

'சந்தோஷம் என்பது தேவைக்கு அதிகமான பொருட்களை வெச்சிருக்கறத விட நம்ம தேவையை கம்மியா வெச்சுக்கறதுல தான் இருக்குப்பா' என மகனைத் தனியாக உட்கார வைத்துப் பேசினார். இப்போது நண்பர்களுக்குக் கொடுக்கும் ட்ரீட்டுக்கு பணம் வேண்டுமென்றால் அடுத்த வாரம் ஆதரவற்றோர் காப்பகத்துக்கு தான் செல்லும்போதுகூட வரச் சம்மதிக்க வேண்டுமென்று வலியுறுத்தினார். அவனும் வருவதாகச் சொல்லிவிட்டான். அதைத்தான் அவர் காசப்பனிடம் போனில் பகிர்ந்தார்.

அடுத்த வாரம் ரவிச்சந்திரனுக்குத் திருமண நாள். அன்றைக்கு காப்பகம் செல்லும் யோசனையைத் தந்தது காசப்பன். வெறும் ஆயிரம் ரூபாய் நன்கொடை கொடுத்தார்கள். அந்தப் பணத்தில் ஒரே வேளை உணவு அங்கிருந்த நாற்பது குழந்தைகளுக்கும் செய்தார்கள். சாப்பிடும் முன்னர் அந்தக் குழந்தைகள் அனைவரும் உணவிட்ட ரவிச்சந்திரன் குடும்பத்துக்காக கடவுளிடம் பிரார்த்தனை செய்தார்கள்.

எல்லாவற்றையும் கவனித்த மகன் திரும்ப வரும்போது நிறைய யோசித்தான். அவன் ட்ரீட் என்ற பெயரில் நான்கு நண்பர்களோடு ஓட்டலுக்குச் சென்று செலவழித்ததில் பாதிப் பணத்துக்கு நாற்பது பேர் சாப்பிடுகிறார்கள். அவர்களது

ஆடைகளைத் தனது ஆடைகளோடு ஒப்பிட்டுப் பார்த்தான். நீளமான முற்றத்தில் அந்தக் குழந்தைகள் தரையில் படுத்து உறங்குகிறார்கள். அவர்களோடு ஒப்பிடுகையில் தனது வாழ்க்கை ஆசிர்வதிக்கப்பட்டது, வசதியானது என்பதை உணர்ந்தான்.

திரும்பி வந்ததும், 'அப்பா இனிமேல் என்னை நீங்க கார்ல கொண்டு வந்து ஸ்கூல்ல விடவேண்டாம். நானே சைக்கிள்ல போய்க்கறேன்' என்று இன்ப அதிர்ச்சி கொடுத்தான்.

ரவிச்சந்திரன் ஒரு நாள் லெக்சர் கொடுத்ததும், இன்னொரு நாள் அனாதை ஆசிரமம் போனதும் அவனிடம் அந்த மாற்றத்தை உருவாக்கிவிடவில்லை. ஒரு வார காலமாகவே தந்தையும் மகனும் பேசினார்கள். பல முரண்களை மகன் சுட்டிக் காட்டினான். அது அப்பாவை வெகுவாக யோசிக்க வைத்தது. யோசித்த ரவிச்சந்திரன் மறுநாள் காசப்பனிடம் வந்து பேசினார்.

'அவன் சொன்னது சரிங்க. லைஃப்ல சிக்கனமா இருக்கணும்டா அப்படீன்னு அவன்கிட்டச் சொல்லிட்டு நீங்க அதைக் கடைபிடிக்காம இருந்தா எப்படி உங்க மேல மரியாதை வரும்? நீ வீடியோ கேம்ஸ் விளையாடாதீங்கன்னு அவனுக்கு அட்வைஸ் செஞ்சுட்டு நீங்க தினம் ஒரு பாக்கெட் சிகரெட் ஊதறீங்க. பட்ஜெட் போட்டு செலவு செய்யணும்னு அவனை அறிவுறுத்திட்டு உங்க மனைவி ஐபாங்.காம்ல கணக்கில்லாம ஆன்லைன் ஷாப்பிங் செஞ்சா எப்படி?

நாம் உதிர்க்கும் சொற்களால் அல்லாமல் நமது நடவடிக்கை மூலம் மட்டுமே குழந்தைகள் நம்மை மதிப்பிடுகிறார்கள். இப்படிச் செய், அப்படிச் செய்னு அட்வைஸ் செய்யறதைவிட நாம அப்படி நடந்துக்கறது மட்டுந்தான் குழந்தைகளை வழி காட்டறதுக்கான பெஸ்ட் சாய்ஸ்.'

ரவிச்சந்திரன் சிரித்தார். 'நான் இயக்குநர் பாலச்சந்தரின் ரசிகன். நீங்க சொல்றது எனக்கு அவரோட மனதில் உறுதி வேண்டும் படத்தை நினைவூட்டுது.'

டாக்டராக நடித்த எஸ்.பி.பாலசுப்ரமணியம் நர்ஸ் சுகாசினியிடம் சொல்வார்: 'அவனை சிகரெட் பிடிக்காதேன்னு

அட்வைஸ் பண்ண எனக்கு இரண்டு நாள் அவகாசம் வேணும். நான் சிகரெட் பழக்கத்தை விட இரண்டு நாளாவது ஆகும்.'

இயக்குனர் சிகரம் சமூகத்துக்குச் சொன்ன பெஸ்ட் பர்சனல் ஃபைனான்ஸ் கருத்து அது.

27

தங்கம் முதலீடு அல்ல

சில விஷயங்களை வெளிப்படையாகப் பேசிவிடுவது நல்லது.

பெண் குழந்தையைப் பெற்ற தகப்பன் தன் மகளுக்காக சிறுகச் சிறுக தங்கம் சேர்த்து வைப்பதன் அவசியத்தை, சமூகக் காரணிகளை ஏற்கெனவே பார்த்தோம். ஆனால் அதன் இன்னொரு பக்கத்தைப் பேசாமல் விட்டால் பெரும் தவறு செய்ததாகிவிடும்.

தங்கம் நல்ல முதலீடா? இதுதான் கேள்வி. என்னைக் கேட்டால் இது அபத்தமான கேள்வி. ஏனென்றால் தங்கம் முதலீடே கிடையாது. பணவீக்கத்தினைவிட வேகமாக வளர்வதுதான் முதலீடு. பண வீக்கத்தினை விடக் குறைவாக அல்லது அதற்கு இணையாக வளர்வது முதலீடாக இருக்க முடியாது. வேண்டுமானால் சேமிப்பு என்று சொல்லிக் கொள்ளலாம்.

சில வருடங்களுக்கு முன்னர் ஒரு பவுன் பத்தாயிரம் ரூபாய்க்கு வாங்க முடிந்தது. இப்போது இருபதாயிரத்துக்கு மேலே உள்ளது. இப்படி மேலோட்டமாகப் பார்த்தால் அதன் மதிப்பு கூடுவது போலத்தான் தோன்றும். ஆனால் உண்மை அதுவல்ல. தங்கம் பாதுகாப்பானது; அது எப்போதும் ஏறிக்கொண்டே போகும் என்பதெல்லாம் மாயை. ஒரு கட்டத்தில் கிராம் ரூ 3,300 என்ற அளவில் விற்ற தங்கம் (இதை எழுதும்போது) ரூ 2,600 க்கு விற்பனையாகிறது.

இது மேலும் உயரலாம். ஆனால் என்ன வேகத்தில் உயர்கிறது என்பதே முக்கியமானது. அதற்குமுன் தங்கத்தின் விலையைச் சர்வதேசக் காரணிகள் தீர்மானிக்கின்றன என்பதையும், அந்தக்

காரணிகள் கடந்த காலத்தில் இயங்கின என்பதையும் துரிதமாக ஒரு பார்வை பார்த்துவிடலாம்.

இரண்டாம் உலகப் போருக்குப் பிறகு சர்வதேச வணிகம் முற்றிலும் அமெரிக்க டாலர் வாயிலாக நடந்தது. அமெரிக்கா ஸ்திரமான நாடாகவும், அமெரிக்க டாலர் வலுவான கரன்சியாகவும் நீடித்ததால் தேசங்கள் அந்நியச் செலவாணியை (தங்கத்துக்குப் பதிலாக) டாலரிலேயே சேர்த்தன. 1945 முதல் 1971 வரைக்கும் ஒரு அவுன்ஸ் தங்கம் 35 டாலராக நிலவியது. பிறகு சர்வதேச சந்தையில் எண்ணெய்த் தட்டுப்பாடு உருவாகி 1980 இல் 850 டாலருக்கு எகிறியது.

அதன் பிறகு இறங்குமுகம்தான். 1999 இல் அது 252 டாலருக்குச் சரிந்தது. மீண்டும் 850 டாலருக்குச் செல்ல 2008 வரைக்கும் காத்திருக்க வேண்டியிருந்தது. 2011 மார்ச் முதல் தேதி 1432 டாலர் என்ற உச்சத்தை எட்டியது. தற்போது 1170 அளவில் நிலவுகிறது.

சுருங்கச் சொன்னால் 1970 களில் 35 டாலரிலிருந்து 850 க்கு உயர்த்ததையும், 1999 - 2011 இடைவெளியில்252 லிருந்து1432 டாலர் உயர்ந்ததையும் தவிர்த்த காலகட்டங்களில் தங்க விலை மந்தமாகவே நிலவி வந்திருக்கிறது. அல்லது சரிந்து வந்திருக்கிறது.

ஆனால் இந்தியாவில் விலை அப்படியெல்லாம் குறையாதது போலத் தோன்றலாம். அதற்குக் காரணம் இந்திய ரூபாயின் மதிப்பு குறைந்து வந்ததேயாகும். நீங்கள் கணக்கில் எடுத்துப் பார்த்தால் நம் நாட்டில் பெட்ரோல் விலை தங்கத்தின் விலையையைவிடக் கூடுதலாக உயர்ந்திருக்கிறது.

இந்தியாவில் 1980-2000 காலகட்டத்தில் தங்கத்தின் விலை வெறும் 3.3 மடங்கு மட்டுமே உயர்ந்தது. இந்த இடைவெளியில் வங்கிகள் நல்ல வட்டி கொடுத்தன. வைப்பீடுகளில் போட்ட பணம் இதைக் காட்டிலும் பன்மடங்கு பெருகியது.

மும்பை பங்குச் சந்தையில் சென்செக்ஸ் 100 புள்ளியாக இருந்த போது10 கிராம் தங்கம் சுமார் ரூ.675 இல் இருந்தது. இப்போது 10 கிராம் தங்கம் ரூ 26,000; சென்செக்ஸ் 28,400. ஆக, தங்கத்தில் போட்ட பணத்தைப் பங்குச்சந்தையில் போட்டிருந்தால் ஏழேகால் மடங்கு அதிகமாக வளர்ந்திருக்கும். தங்கத்தையும் பங்குச்சந்தையையும் ஒப்பிடுவது மிகப் பெரிய அபத்தம்.

அவசர காலத்தில் பயன்படக்கூடிய ஒரு விஷயம் தங்கம். நமது சமூகத்தில் தங்க ஆபரணங்கள் முக்கியமான இடம் வகிக்கின்றன. குடும்பங்களில், திருமணங்களில் அவை தவிர்க்க முடியாதவையாக இருக்கின்றன. சமூக அந்தஸ்தை நிர்ணயிக்கும் அளவுகோலாகவும் சில நேரங்களில் அமைகின்றன.

ஒரு குறிப்பிட்ட அளவு செல்வம் தங்கத்தில் இருப்பது தவறில்லை. ஆனால் சம்பாதிக்கிற பணம் முழுவதையும் தங்கத்தில் போடுவது அறிவீனம்.

அதிலும் குறிப்பாக என்ன வடிவத்தில் வாங்குகிறோம் என்பது முக்கியம். ஆபரணமாக வாங்கும்போது கூடுதல் கவனம் தேவை. செய்கூலியும் சேதாரமும் இல்லாமல் நகை வாங்க முடியாது. சில நகைக் கடைகளில் செய்கூலியைத் தாங்களே ஏற்றுக்கொள்வதாகவும், வெறும் சேதாரத்துக்கு மட்டுமே பில் போடுவதாகவும் கூறுகிறார்கள். அதுவும்கூட கடைக்குக் கடை 12 சதவீதம் முதல் 24 சதவீதம் வரைக்கும் மாறுபடுகிறது.

உதாரணத்துக்கு 15% என வைத்துக்கொண்டாலும் கூட ரூ. 1000க்கு வாங்கிய நகை செய்கூலியோடு ரூ. 1150 ஆகிறது. ஏற்கெனவே தங்கம் ஷேர் மார்க்கெட் மாதிரியான மற்ற முதலீடுகளோடு ஒப்பிடுகையில் மோசமாக வளரக் கூடியது. அதிலும் 15% போனால் என்னாவது?

தங்கத்தின் விலை 40% ஏறினாலும் ரூ. 1400 வெறும் 21.74% லாபத்தை மட்டுமே ஈட்டித் தரும். ஆகையால் முடிந்த அளவுக்கு ஆபரணமாக வாங்காமல் தங்க நாணயமாக வாங்கி வைப்பது உகந்தது. அதையும் தாண்டி மக்களை நகை வாங்க வைப்பதில் மீடியாவும் நகைக் கடைகளும் முனைப்பு காட்டுகின்றன.

இந்த விஷயத்தில், 'என் பணம், என் உரிமை' என்று உரக்கச் சொல்லியே தீர வேண்டும்.

28

வளங்களை வீணாக்காதீர்

கோடை விடுமுறையில் மனைவி, மகனை கிராமத்துக்கு அனுப்பியிருந்தார் காசப்பன்.

இரவானதும் மகன் போன் செய்வதும், அன்றைய தினத்தில் என்னென்ன செய்தான் என்பதைப் பகிர்வதும் வாடிக்கையாக நடக்கும்.

ஒரு நாள் போனைப் பிடுங்கிய மாமனார், 'மாப்பிள்ளை, பேரனை நல்லா வளர்த்திருக்கீங்க' என்றார்.

'ஏன் மாமா அப்படிச் சொல்றீங்க?'

'இங்க நம்ம வீட்ல பாத்ரூம் எப்படி இருக்குனு உங்களுக்குத் தெரியும்தானே! வீட்டுக்கு வெளியே தள்ளியிருக்கு. அங்கே ஸ்விட்ச் அவனுக்கு எட்டாத உயரத்துல இருக்கு. ராத்திரியில ஒண்ணுக்குப் போகணும்ன்னா யாராவது வந்து லைட் போடுங்கன்னு கூப்பிடுவான், மறுபடி வரும் போது வந்து ஆஃப் பண்ணுங்கனு கேப்பான்.'

இதைக் கேட்ட காசப்பன் வெகு சாதாரணமாக, 'ஆள் இல்லாத ரூம்ல ஃபேன் ஓடினா ஆஃப் செய்யணும்ன்னு அவனுக்குத் தெரியும். அதே மாதிரி தேவையில்லாத லைட்டும் அணைச் சுடுவான், எங்க வீட்ல வழக்கமா செய்யறதுதான் இது?' என்றார்.

'ஆனா பாருங்க மாப்பிள்ளை. நான் கூட ராத்திரியில பாத்ரூம் போனா லைட்டை அப்படியே விட்டுட்டு வந்திருவேன். இந்தப் பையன் ஊருக்கும் வந்த பின்னாடி அவனைப் பாத்து நாங்கெல்லாம் கத்துக்கணும்ன்னு தோணுது.'

காசப்பன் சிரித்துவிட்டார். 'மாமா நீங்க உங்க மகளுக்குச் சொல்லித் தந்து வளர்க்காததை எல்லாம் நான் என் மகனுக்குச் சொல்லிக் கொடுத்து வளர்க்கிறேன். போதாததுக்கு உங்க மகளையும் மாத்திக்கிட்டு இருக்கேன்.'

நதிக்கரையில் பிறந்த திருமதி.காசப்பன் காசைத் தண்ணீரைப் போல செலவு செய்ய விரும்பியவர். ஆனால் காசப்பனோ தண்ணீரையே காசு போல செலவு செய்வதை வாடிக்கையாகக் கொண்டவர். அவர்கள் சேர்ந்து வாழத் தொடங்கியபோது ஒருவரையொருவர் புரிந்துகொண்டதில் இந்தப் பொருளாதாரச் சமன்பாட்டு முக்கியமான இடத்தைப் பெற்றது.

'எங்க வீட்ல பழைய சோறு திங்க மாட்டோம்' என்பார் மனைவி.

'நீ அளவா ஆக்க வேண்டியதுதானே! அளவுக்கு அதிகமா செஞ்சா அதை நாம சாப்பிடாம யாரு சாப்பிடுவாங்க? நீ பழைசை சாப்பிடாட்டிப் பரவாயில்லை. நான் சாப்பிடறேன்' என மனைவி சூடாகச் சமைத்தாலும் பழைய சோற்றையே உண்பார் காசப்பன்.

ஆனாலும் மனைவியைத் திட்ட மாட்டார். காலப்போக்கில் மனைவி அளவாகச் சமைக்கக் கற்றுக் கொண்டார்.

'மாமா நீங்க சின்ன வயசுல பழைய சாப்பாட்டை வெளியே கொட்டறதையே பழக்கமா வெச்சிருந்தீங்க. அதைப் பாத்து உங்க பொண்ணு அப்படியே வளந்துட்டா. என் பையன் என்னைப் பாத்து வளர்றான். அவ்ளோதான் சிம்பிள்' என்று மாமனாரிடம் சொன்னார் காசப்பன்.

மாமனார் மறுமுனையில் சிரித்தார். 'தாத்தா கரண்ட் பில் கட்டிக்கறேன். நீ ஒன்னும் எனக்கு மிச்சம் பண்ணவேண்டாம். பேசாமத் தூங்குன்னு சொன்னதுக்கு நேத்து திட்டிட்டான் மாப்பிள்ளை,உங்களுக்கு பணத்திமிருன்னு திட்டிட்டான்.'

காசப்பனால் ஓரளவு யூகிக்க முடிந்தது.

'உங்க கிட்ட பணம் இருக்கலாம் தாத்தா. இந்த வீட்டுக்கு மட்டுமில்லை. இன்னும் நாலு வீட்டுக்குக்கூட நீங்க கரண்ட் பில் கட்டலாம். ஆனா அதுக்காக தேவையில்லாம மின்சாரத்தை வேஸ்ட் பண்ணக் கூடாது இல்லையா? அடிக்கடி மின்வெட்டு வருதுன்னு நீங்களே பொலம்பறீங்க. அரசாங்கத்தைத்

திட்டறீங்க. ஆனா அனாவசியமா ஓடற ஃபேன், லைட் எல்லாம் அணைச்சாலே நிறைய மின்சாரம் மிச்சமாகுமே! அது தேவைப் படற ஆட்களுக்கு பயன்படுமே! ஏன் உங்களுக்கே கூட பயன்படுமே!' என பேரன் வெளுத்து வாங்கியதை தாத்தா விளக்கினார்.

'நீங்க வேற மாமா, அவன் தினமும் தூங்கும் போது டிவியை ரிமோட்ல ஆஃப் பண்ண மாட்டான். அப்படி ஆஃப் பண்ணினாலும் டிவிக்கு லேசான மின்சாரம் வந்துக்கிட்டே இருக்கும். அதுக்கு வேம்பையர் வோல்டேஜ்னு பேரு. பார்க்க ஒன்னும் இல்லாத மாதிரித் தெரியும். ஆனா வருஷம் முழுக்க இப்படி ரிமோட்ல ஆஃப் செஞ்சுக்கிட்டே இருந்தா கணிசமான கரண்ட் வேஸ்ட் ஆகும்னு சொல்லுவான்.'

'ஆமாம் மாப்பிள்ளை எனக்கே புரிஞ்சுடுச்சு. சமீபத்துல தொழிலதிபர் ரத்தன் டாடா கூட டிவிட்டரில் இதே கருத்தைப் பதிந்திருந்ததா சொன்னான் மாப்பிள்ளை.'

'ஆமாங்க, அவர் ஜெர்மனில ஒரு உணவகத்துக்கு சக ஊழியரோட போயிருக்கார். இரண்டு பேரும் பசியில நிறைய ஆர்டர் செஞ்சுட்டாங்க. ஆனா முழுசா உண்ண முடியல. மிச்சத்தை தட்டில வெச்சிட்டு எழுந்து போக ஆரம்பிச்சிருக் காங்க. அப்போ வயசான சில பொம்பளைங்க உணவை வீணடிக்கறதுக்கு ஆட்சேபிச்சிருக்காங்க. அப்போ 'நாங்க பணம் கொடுக்கிறோம், நாங்க வீணடிக்கறோம், உங்களுக்கு என்ன'ங்கற ரீதியில இவங்க பேச ஒரு பாட்டிம்மா யாருக்கோ போன் போட்டிருக்காங்க.

கொஞ்ச நேரத்துல யூனிஃபார்ம் போட்ட ஆஃபீஸர்ஸ் வந்து இவங்களுக்கு 50 யூரோ அபராதம் போட்டிருக்காங்க. கண்டிப்பான குரல்ல 'பணம் உங்களுதா இருக்கலாம். ஆனா வளம் சமுதாயத்துக்குச் சொந்தமானது. நிறைய பேர் அந்த வளம் கிடைக்காம அல்லாடறாங்க. அந்த வளங்களை வீணடிக்க உங்களுக்கு எந்த உரிமையுமில்லை' அப்படீன்னு சொன்னாங்களாம்.'

போனை வைத்து விட்டு ஓடினார் மாமனார். அங்கே குழாயில் நீர் வழிந்துகொண்டிருந்தது. அடைத்து விட்டுப் பார்த்தார். பேரன் இன்னமும் உறக்கத்தில் இருந்தான்.

29

முதலீட்டு வல்லுனர்கள்

பிரபலமான ஆங்கில நாளிதழ்களில் சிறிது காலத்துக்கு முன்பு ஒரு செய்தி வெளியானது. மருத்துவர்களைப் பற்றிய செய்தி அது. பெரிய மருத்துவமனைகளில் பணியாற்றும் டாக்டர்கள் தமது டார்கெட்டை எட்டுவதற்காக தேவையில்லாத பரிசோதனைகளையும் மருந்துகளையும் பரிந்துரைக்கிறார்கள் என்றும், ஆபரேஷனே தேவையில்லாத சிக்கல்களுக்குக்கூட அறுவைச் சிகிச்சை செய்யத் தூண்டுகிறார்கள் என்றும் அந்தச் செய்தி குறிப்பிட்டது.

நோயைக் குணமாக்கும் நோக்கில் மருந்து கொடுப்பது போய், டார்கெட்டை அடைவதற்காக மருந்துகள் பரிந்துரைப்பது பரவலாக நிகழ்கிறது. நோயிலிருந்து தப்பித்த காலம் போய் மருந்திலிருந்து தப்பிக்கும் காலத்தைப் பற்றிப் பேசுகிறோம்.

ஒருவர் நல்ல டாக்டரா, மோசமான டாக்டரா என்பதை அவர் எப்படிப் பணம் சம்பாதிக்கிறார் என்பதை வைத்துக் கணிக்கலாம். வெறும் ஐம்பது ரூபாய் ஃபீஸ் வாங்கிக் கொண்டு டெஸ்ட் - மருந்து மூலம் நூற்றுக் கணக்கில் (ஆயிரக் கணக்கில் கூட) சம்பாதிக்கும் மருத்துவர்களை விரும்புவோமா? அல்லது கட்டணமாக முன்னூறு வாங்கிக்கொண்டு நல்ல ஆலோசனை களை மட்டும் வழங்கி அவசியமில்லாத மருந்து எதுவும் எழுதிக் கொடுக்காதவரை நல்ல டாக்டர் என்போமா?

மருத்துவரின் வருமானம் எப்படி வருகிறது என்பதே அவரது நோக்கத்தை, செயல்பாட்டைத் தீர்மானிக்கும். நமக்கு எது நல்லதோ அது அவருக்கு நல்லதாக இருக்க வேண்டியதில்லை. நமது நலனும் அவரது நலனும் நேர்க்கோட்டில்

சந்திக்கவேண்டிய அவசியம் ஏதுமில்லை. அவை முரண்பட்டு நின்று conflict of interest ஐத் தோற்றுவிக்கும்.

நிதி ஆலோசகர்களும் வல்லுனர்களும்கூட அப்படித்தான். ஆலோசனை என்ற பெயரில் நேரடியாகவோ மறைமுகமாகவோ நம்மிடம் எதையாவது விற்கிறார்கள். அப்படி விற்பதன்மூலம் அவர்கள் கமிஷன் ஈட்டுகிறார்கள். முதலீடுகளை நாம் செய்வதில்லை, தேர்ந்தெடுப்பதுமில்லை. அவை நமக்கு விற்கப்படுகின்றன.

ஆலோசகர்கள் என்ற தோல் போர்த்திய சேல்ஸ்மேன்களைப் பற்றிப் பேசுகையில் மருத்துவரில் ஆரம்பித்து அதை உதாரண மாகக் காட்டி நிதி ஆலோசகர்களைப் பற்றிப் பேசலாம் என்று தான் நினைத்தேன். 'பணம் பத்திரம்' எனும்போது நிதி ஆலோசகர்களே பிரதானம். எனினும் மருத்துவத்திலும் பண விவகாரத்தில் உஷாராக இருக்க வேண்டியதன் அவசியத்தை வலியுறுத்துவதில் தவறில்லை.

நாம் மெடிக்கல் காலேஜில் படிக்கவில்லை என்பதால் உடல் நலன் பேண வல்லுனர்களை நாட வேண்டியது தவிர்க்க முடியாதது. இந்த உண்மை நிதி மேலாண்மைக்கும் பொருந்தும்.

ஆனால் சரியானவர்களை நாம் அடையாளம் காணவேண்டும். நமக்குத் தெரியாத பல விஷயங்கள் ஆலோசகர்களுக்குத் தெரிந்திருக்கும். அதனால்தான் அவர்கள் நிபுணர்கள். பலவித மான காரணிகளை ஆராய்ந்து தக்க முறையில் அவர்கள் நமக்குப் பரிந்துரைப்பார்கள் என்று நாமாகவே நம்பிவிடக்கூடாது. காரணம் இப்படிப்பட்டவர்களில் பலர் அடிப்படையில் விற்பனையாளர்களாக இருப்பார்கள். நம் தலையில் ஒரு பொருளைக் கட்டிவிடுவதன் மூலம் தரகு சம்பாதிக்கிறவர்கள் இவர்கள்.

பெரும்பாலான இன்சூரன்ஸ் ஏஜெண்டுகள் தம்மை ஆலோசகர் கள் என்றே அழைக்கிறார்கள். அட்வைஸர் என்கிறார்கள். ஆனால் அவர்களது வருமானத்தை கமிஷன் மூலமே ஈட்டுகிறார்கள். அப்படி இருக்கும் போது 10% கமிஷம் தருகிற முதலீட்டை நமக்குப் பரிந்துரைப்பாரா அல்லது 2% கமிஷன் தருவதைப் பரிந்துரைப்பாரா என்று யோசிக்கவேண்டும்.

இன்சூரன்ஸ் எஜெண்டுகள் என்றில்லை. நிதித் துறையில் செயல்படுகிற அத்தனை பேரும் ஏதேனும் ஒரு வகையில் விற்பனையாளர்களே! ஏதேனும் வேலையாக வங்கிக்குப் போனால் நம்மை இழுத்துப் பிடித்து 'இன்வெஸ்ட் செய்யலாமே ஸார்?' என்று கூல் டிரிங்க்ஸ் கொடுக்கிறார்கள். பயமாக இருக்கிறது.

பாவம் வங்கி ஊழியருக்கும் டார்கெட் இருக்குமல்லவா? பெரிய கார்ப்பரேட் மருத்துவமனையின் டாக்டர்களுக்கு மட்டும் தான் டார்கெட் இருக்குமா?

அதனால் நிதி மேலாண்மையில் உள்ள ஆலோசகருக்கும் நமக்குமான conflict of interest இயல்பானது. இருவரின் நலன்களும் பரஸ்பரம் முரண்படக்கூடியவை என்பது கண்கூடு. நிதித் துறையில் திட்டமிடாமல் ஏனோதானோவென்று காலம் கடத்துவதுகூடத் தேவலாம். ஆனால் தவறான வழிகாட்டலின் பேரின் மோசமான முதலீடு மேற்கொள்வது அதனினும் ஆபத்தானது.

'டாக்டரிடமிருந்து காப்பாற்று ஆண்டவா. நோயை நான் கவனித்துக் கொள்கிறேன்' என்பது போல இந்த அட்வைஸ் களிடம் இருந்து நம் நலனைப் பாதுகாத்துக்கொள்ள வேண்டியது நமது பொறுப்பு.

நல்ல ஆலோசகர் என்பவர் நமக்கு ஆலோசனையை வழங்கி விட்டு அதற்கு ஒரு கட்டணம் வசூலிப்பார். அது ஐநூறோ, ஆயிரமோ, ஐயாயிரமோ என்னவாக வேண்டுமானாலும் இருக்கலாம். எப்படியிருந்தாலும் ஃபிக்ஸ் செய்யப்பட்ட ஃபீஸ் வாங்குவார். அவர் நம்மிடம் எதையும் விற்க மாட்டார். ஏதாவது முதலீடு செய்யுமாறு பரிந்துரைத்தால்கூட தன் மூலமாகத்தான் செய்ய வேண்டுமென்று கட்டாயப்படுத்த மாட்டார்.

அப்படியிருக்கும்போது நமது நலனுக்கு முரணாக, அவருக்குச் சாதகமாக நம்மை வழிநடத்த வாய்ப்பில்லை. ஆனால் அப்படி யொரு ஆலோசகரைத் தேர்ந்தெடுப்பதற்கான சிக்கல் நம்மிட மிருந்தே தொடங்குகிறது. நமது ரூ.50,000 முதலீட்டில் ரூ.15,000 கமிஷன் பெறுகிற 'அட்வைஸர்' ஏமாற்றுவதை அறியாத நாம் ரூ 5,000 ஃபீஸ் கொடுத்து ஆலோசனை பெறத் தயங்குவோம்.

அது நீடிக்கும்வரை கமிஷன்மூலம் வருமானம் ஈட்டும் வல்லுநர்கள் கோலோச்சுவார்கள். கட்டணம் மூலம் வருமானம் ஈட்டும் வல்லுநர்கள் கமிஷனை நோக்கித் தள்ளப்படுவார்கள். அதுவே நிதர்சனமாக நீடிக்கும்.

ஒரு ஆறுதலும் உண்டு. அது, 'நம் வியாதிக்கான மருந்தை நாமே தீர்மானிக்க முடியாமல் வேண்டுமானால் போகலாம். ஆனால் நமது நிதி மேலாண்மை குறித்த அறிவை அகலமாக்குவதில் எந்தக் கட்டுப்பாடும் இல்லை.'

30

ரியல் எஸ்டேட் நல்ல முதலீடா?

நம்மில் அநேகம் பேர் ரியல் எஸ்டேட் முதலீடுகளையே விரும்புகிறோம். அவை பாதுகாப்பானவை, கையில் தொட்டு உணர முடியும் 'ரியல்' முதலீடுகள் என்று நினைக்கிறோம். ஷேர்கள் அப்படியல்ல. அவற்றில் ஏற்ற இறக்கங்கள் ஒரு பக்கம், பங்குச் சந்தையில் பணத்தைத் தொலைத்தவர்களின் அச்சுறுத்தும் கதைகள் இன்னொரு பக்கம் என எச்சரிக்கையாக ஒதுங்கியே இருக்கிறோம்.

குடியிருப்பதற்கு சொந்த வீடு இருந்தால் நலம். அதில் எண்ணற்ற அனுகூலங்கள் உள்ளன. அடிக்கடி சட்டிப் பானை களைத் தூக்கி அலைய வேண்டியதில்லை. சுவற்றில் ஆணியடிக் கலாம். நினைத்தபடி பென்சிலால் கிறுக்கலாம். அழுக்காக வைத்திருக்கலாம். நள்ளிரவிலும் வந்து போகலாம். யாரும் கேள்வி கேட்ட மாட்டார்கள். எல்லாம் சரி.

வாடகையாகக் கொடுப்பதற்குப் பதில் ஹோம் லோன் ஈஎம்ஐ கட்டிக் கொள்ளலாம். நீண்ட கால நோக்கில் நமக்கென்று அசையாச் சொத்து இருக்கும். கடைசிக் காலத்தில் யார் கையையும் எதிர்பார்த்து வாழ வேண்டிய அவசியம் இல்லை. கச்சிதமான கணக்கு!

ஆனால் குடியிருப்பதற்கான வீடு என்பதைத் தாண்டி ரியல் எஸ்டேட்டை சூப்பர் டூப்பர் இன்வெஸ்ட்மெண்ட் என்று கூறுவது அபத்தம். முதல் வீடு அத்தியாவசியம் என்றே வைத்துக் கொள்வோம். அதற்கு மேல் இரண்டாவது வீட்டினை முதலீடு என்ற பெயரில் வாங்குவது முட்டாள்தனம். வீடு, வீட்டு மனை இரண்டுமே அப்படித்தான். அரக்கோணத்திலோ

"

விழுப்புரத்திலோ சல்லிசாகக் கிடைத்தாலும்கூட யோசிக்க வேண்டும்.

எஞ்சினியரிங் காலேஜ் சீட்டுக்கு விளம்பரம் செய்வதை விட ரியல் எஸ்டேட்டுக்கு கூடுதலாக விளம்பரம் செய்கிறார்கள். கல்லூரியாவது ஒரிரண்டு மாதங்கள். இதுவோ வருடம் முழுவதும். சமீபத்தில் பிரத்தியேகமாக ஆட்டோ ஓட்டுனர்கள், வீட்டு வேலை செய்யும் பெண்கள் முதலியோருக்காக இரண்டு மாவட்டங்கள் தள்ளியுள்ள வீட்டுமனை விளம்பரம் ஒன்றினை பண்பலையில் கேட்க நேர்ந்தது. எளிய மக்களின் பணத்தினை இப்படி கபளீகரம் செய்வது பாவம்.

யாருக்கும் பயனில்லாத சீமைக் கருவேல மரங்களை உற்பத்தி செய்யும் வீட்டு மனைகள் மாநிலமெங்கும் விரவிக் கிடக்கின்றன. அவற்றில் ஆயிரக்கணக்கான கோடிகள் முடங்கிக் கிடக்கின்றன. பலரது கடந்த காலத்தின் உழைப்பும் எதிர்காலத்தின் கனவும் லே-அவுட்களில் சிதறிக் கிடக்கின்றன.

நீண்டகால அடிப்படையில் ரியல் எஸ்டேட் 10 சதவீதத்துக்கும் சற்று குறைவான வருடாந்திர வளர்ச்சியையே ஈந்திருப்பதாக பல ஆய்வுகள் கூறுகின்றன. அவற்றை நீண்டகாலம் விற்காமல் வைத்திருப்பதால் அதன் மதிப்பு பன்மடங்கு பெருகியது போலத் தோன்றலாம். எனினும் இதனோடு ஒப்பிடுகையில் பங்குச் சந்தைகளில் முறையாக முதலீடு செய்து வந்தால் 15% லாபம் சாத்தியமாகும்.

மேலும் ரியல் எஸ்டேட் முதலீடுகள் பெருந்தொகை சார்ந்தவை. பெருமுதலைகளுக்கான களம் அது. நாமெல்லாம் ஒரு முறை அதில் சிக்கினால் எதிர்கால வருமானத்தையும் வாழ்க்கையையும் அதற்கு முழுவதுமாக ஒப்புக்கொடுத்தது போலாகிவிடும். பொருளாதார விடுதலைக்கு எதிரான திசையில் செல்லும் புரியாத பயணம் அது.

Rental yield எனப்படும் அளவீட்டின்படி வீடுகளில் முதலீடு செய்வது இந்தியாவைப் பொருத்த மட்டில் மிக மோசமான முடிவு எனத் தெரிகிறது. ரூ. 100க்கு வீடு வாங்கினால் ஓராண்டில் எத்தனை ரூபாய் வாடகையாகக் கிடைக்கும் என்பதே இந்தக் குறியீடு. 50 லட்சம் போட்டு வாங்கும் வீடு ஆண்டுக்கு ஒரு

லட்சம் நிகர வாடகை தரலாம். (அதற்கும் வருமான வரி கட்ட வேண்டும்) இது வெறும் 2% rental yield இல் நிற்கிறது.

சொற்ப rental yield தரும் நாடுகளில் இந்தியாவும் ஒன்று. அதிலும் மற்ற முதலீடுகளும், சேமிப்புகளும் அபரிமிதமாக லாபம் தரும் நாட்டில் இவ்வளவு குறைவான rental yield என்றால் யோசிக்கவேண்டிய விஷயம். மேலும் ரியல் எஸ்டேட் முதலீடுகளை நினைத்த மாத்திரத்தில் விற்க முடியாது. அதில் liquidity கிடையாது.

வாடகையை விட வருடா வருடம் வீட்டின் மதிப்பு உயர்வதால் அவை அருமையான முதலீடுகள் என நீங்கள் கருதலாம். அரிதிலும் அரிதான காலகட்டத்தில் நிகழ்ந்த மேஜிக் அது. அது மீண்டும் நிகழாது. 'ஒரு வேளை ரியல் எஸ்டேட் மதிப்பு உயராமல் போகலாம். ஆனால் அது குறையாது' என நினைப்பதும் மடத்தனம். நாட்டில் உள்ள பணவீக்கத்தினைக் கணக்கில் வைத்துப் பார்த்தால் உயராமல் ஒரே அளவில் மந்தமாக இருப்பது சரிவதைக் காட்டிலும் ஆபத்தான ஸ்லோ பாய்ஸன்.

கட்டி முடிக்கப்பட்டு விற்காத லட்சக்கணக்கான வீடுகளைப் பற்றிய செய்திகள் வருகின்றன. இன்னொரு செய்தி வீடுகளில் முதலீடு செய்ததற்குப் பதிலாக ஹவுசிங் லோன் நிறுவனமான ஹெச்டிஎஃப்சி பங்குகளை வாங்கியிருந்தால் அமோக லாபம் ஈட்டியிருக்கலாம் என்கிறது.

பத்து வருடத்தில் பத்து மடங்கு விலையேறிய ரியல் எஸ்டேட் கதைகளை நாம் கடந்து வந்திருக்கிறோம். இந்தியப் பொருளாதாரத்தில் அரிதான காலகட்டம் அது. 2003 க்குப் பிந்தைய பத்தாண்டுகள். சரியாகச் சொன்னால் ஏழெட்டு ஆண்டுகள். கற்பனைக்கும் எட்டாத லாபத்தினை ரியல் எஸ்டேட் துறை ஈந்தது. ஐந்து லட்சத்துக்கு வாங்கிய உடைமை ஐம்பது லட்சமாக ஆனதால், அதே உடைமை அடுத்த பத்தாண்டுகளில் ஐந்து கோடியாகப் பெருகும் என்றெல்லாம் எதிர்பார்க்க முடியாது. இதுவே ரியாலிட்டி.

31

வீட்டுக் கடனுக்கு இன்சூரன்ஸ்

சில பழக்கங்களை நம்மால் மாற்றிக்கொள்ளவே முடியாது. உதாரணமாக மின்வெட்டு நேர்ந்து நம் வீட்டில் மின்விசிறி ஓடவில்லை என்றால் ஓடிப் போய் பக்கத்து வீட்டிலும் பார்ப்போம். அங்கும் ஓடவில்லையெனில் 'அப்பாடா' என வருவோம்.

நமக்கு ஏற்பட்ட ஒரு பிரச்னை நமக்கு மட்டுமல்ல, மற்றவர் களுக்கும்தான் எனும் போது ஒரு வித நிம்மதி ஏற்படுவது இயல்பு. அதேபோல மற்றவர்களுக்கு ஏற்படும் பிரச்னை நமக்கு வரவில்லை எனும்போதும் வேறு ஒருவிதமான நிம்மதி தலையெடுக்கும். அதுவும் இயல்பே.

ஆனால் மனிதன் எப்போதுமே குரூரமாக இருப்பதில்லை. சில நேரங்களில் பிறருக்கு ஏற்படும் பிரச்னைகள் நமக்கு தீராத வலியையும், மறக்கக்கூடாத படிப்பினையையும் கூடவே தந்துவிடுகிறது. அண்மையில் கடந்து வந்த ஒரு சம்பவத்தை முன் வைத்து இதை அணுகலாம் என நினைக்கிறேன்.

பிரபலமாக அறியப்பட்ட தொலைக்காட்சி நெடுந்தொடர்கள் சிலவற்றை இயக்கிய சின்னத்திரை இயக்குனர் ஒருவர் சமீபத்தில் தற்கொலை செய்துகொண்டார். காரணம் பொருளாதார நெருக்கடி. திடீரென வருமானம் கூடியதும் அந்த வருமானத்துக்கு ஏற்ற கமிட்மெண்ட் ஒன்றை உருவாக்கிக் கொண்டிருக்கிறார் அவர். பெரிய வீடு, பெரிய கடன்.

பிறகு வேலைகள் அருகியதால் கடனையும் குடும்பத்தின் மற்ற நிதித் தேவைகளையும் சமாளிக்கமுடியாத நிலைக்கு அவரைத்

தள்ளியிருக்கிறது சூழல். மனிதர் துயரமான முடிவைத் தேடிக் கொண்டார். அவர் பிரபலமான துறையில் இருப்பதால் விஷயம் பொது வெளியில் தெரிய வந்தது. இப்படி வெளியே தெரியாமல் மோசமான முடிவைத் தேடிக் கொண்டவர்கள் எத்தனை பேரோ!

வீட்டுக் கடன்கள் வீட்டின் மதிப்புக்கு மட்டுமே தருவதாக நாம் நினைத்தால் அது தவறு. அவை நமது சம்பாதிக்கும் திறனுக்கும் கடனைத் திருப்பிச் செலுத்துகிற திறனுக்கும் வழங்கப்படுவது. வங்கிகளின் பிரதானமான பணி நமக்குக் கடன் கொடுத்து அதற்கு வட்டி வாங்குவதுதான். நம்மால் கடன் கட்ட முடியாமல் போனதும் அந்த உடைமையை ஜப்தி செய்து ஏலத்தில் விடும் நோக்கத்தில் அவை இயங்குவதில்லை.

முடிந்த வரைக்கும் சுமுகமாக கடனைத் திருப்பிச் செலுத்துவதற்கு சாதகமான சூழலை உருவாக்கவே வங்கிகள் முனைகின்றன. அதனால் வீட்டுக் கடன் கொடுக்கும்போதே வங்கிகள் இன்சூரன்ஸ் வேண்டுமா எனக் கேட்கிறார்கள். அனேகமாக எல்லா வங்கிகளுமே இதைத் தவறவிடுவதில்லை. ஆனால் நாம் தவற விடுவதற்கான சாத்தியம் உண்டு.

வங்கிகள் முன்மொழியும் இம்மாதிரியான இன்சூரன்ஸ் திட்டங்கள் வீட்டுக்கானவை அல்ல. அவை கடன் வாங்கிய நபருக்கானவை. சுருங்கச் சொன்னால் கடன்காரரின் ஆயுள் காப்பீட்டுத் திட்டங்கள் அவை. ஆனால் லோன் தொகை எவ்வளவு மீதமிருக்கிறதோ அந்தத் தொகைக்கு மட்டும் இன்சூரன்ஸ் கவரேஜ் இருக்கும்.

புரிந்துகொள்வதற்காக ஒரு உதாரணம். நமது காசப்பன் முப்பது லட்சம் லோன் பெறுகிறார் என வைத்துக்கொள்வோம். வீட்டுக்குக் குடியேறிய அடுத்த மாதமே இரவில் தூங்கியவர் அடுத்த நாள் கண் விழிக்கவில்லை. அப்போது இன்சூரன்ஸ் பணம் ரூ. 30 லட்ச ரூபாயை வங்கி பெற்றுக் கொண்டு கடனைத் தீர்த்துக்கொள்ளும். காசப்பனின் மனைவியோ குழந்தைகளோ மீதமிருக்கும் காலத்தில் ஹவுசிங் லோனைப் பற்றிக் கவலைப் பட வேண்டிய அவசியமில்லை. வீடு அவர்களுக்கு தானாகவே முழுமையாக வந்து சேர்ந்துவிடும்.

அதற்கு மாறாக காசப்பனுக்கு ஒன்றும் ஆகவில்லை. ஆரோக்கியமாக உள்ளார். வேலைக்குச் சென்று சம்பாதிக்கிறார். மூன்று வருடம் லோனும் கட்டி வருகிறார். இப்போது கடன் இன்னும் 27 லட்சம் மட்டுமே மீதமுள்ளது என்று வைத்துக் கொள்வோம். அவரது ஹவுசிங் லோனோடு இணைந்த இன்சூரன்ஸ் கவரேஜும் அதே அளவுக்குக் குறைந்து போயிருக்கும்.

அப்போது தற்செயலாக ஒரு விபத்தில் அவர் இறந்துபோனால் இன்சூரன்ஸ் பணமாக ரூ. 27 லட்சம் வங்கிக்குச் சென்றுவிடும். வீடு மனைவிக்குச் செல்லும். கடன் பாக்கி குறையக் குறைய இன்சூரன்ஸ் கவரேஜும் குறையும் இத்தகைய திட்டங்கள் மிகவும் அவசியமானவை. வீட்டுக் கடன் பெறுகிற பெரும் பாலானவர்கள் இந்தத் திட்டங்களை ஏற்றுக் கொள்வதில்லை. அதற்காக பெரிதாக மெனக்கெட வேண்டியதில்லை என்றாலும் கூட எதற்காக பிரீமியம் செலுத்த வேண்டும் என்று நினைக்கிறார்கள்.

சொற்பமான இந்தப் பணத்தை மிச்சம் செய்வதாக நினைத்து மிக மோசமான பொருளாதார நெருக்கடிக்கு குடும்பத்தை இட்டுச் செல்கிறார்கள் என்பதே கசப்பான உண்மை. மறைந்த இயக்குனரின் விஷயத்தில் கூட சின்னத்திரை இயக்குனர்கள் கூட்டமைப்பின் தலைவர் கீழ்க்கண்டவாறு குறிப்பிட்டிருந்தார்.

வீட்டுக்கடன் நிலவரம் பற்றி அறிய சம்மந்தப்பட்ட வங்கிக்குச் சென்றோம். 'வீட்டுக் கடனோடு இணைந்த காப்பீட்டுத் திட்டத்தில் சேருமாறு வலியுறுத்தினோம். ஆனால் அவர் மறுத்து விட்டார். அதில் இணைந்திருந்தால் மேற்கொண்டு ஒரு பைசா கட்ட வேண்டிய அவசியமில்லாமல் வீடு அவர் வாரிசுக்குச் சேர்ந்திருக்கும்.' என்று வங்கி அதிகாரி கூறினார். வருத்தத்துடன் திரும்பினோம்.

நேபாளத்தில் ஏற்பட்ட இயற்கைச் சீற்றம் மாதிரியான விஷயங்களின் இருந்து வீட்டைப் பாதுகாப்பதற்கான இன்சூரன்ஸ் வேறு. அதுவும் முக்கியம். ஆனால் இது வீட்டுக் கடன் சுமையின் பாரத்தைத் தனது குடும்பத்தின் தலையில் தூக்கி வைத்துச் செல்லாமல் இருப்பதற்கான இந்த இன்சூரன்ஸும் முக்கியம்.

பொறுப்புள்ள குடும்பஸ்தர்கள் அனைவரும் யோசிக்க வேண்டிய விஷயம் இது. காலம் முழுவதும் உழைத்ததையும், வருங்கால வருமானத்தையும் சொந்த வீட்டில் பணையம் வைக்கிறோம். அப்படி இருக்கையில் அதனைப் பாதுகாத்துக் கொள்வது கடமை. நம் பாசத்துக்குரியவர்களின் உரிமை.

32

கேடில் விழுச்செல்வம்

'சார், நீங்க ஷேர் மார்க்கெட் பத்தி புக் எழுதீருக்கீங்கதானே?' என்ற கேள்வியோடு உரையாடலைத் தொடங்குகிறவர்களில் பத்துக்கு ஏழு பேர் 'இப்ப என்ன ஷேர் வாங்கினா நல்லா போகும்னு சொல்லுங்களேன்!' என்ற இடத்தில் மாற்ற/ மில்லாமல் வந்து நிற்பதைக் காணமுடிகிறது.

இதை எதிர்கொள்வது மிகவும் சவாலானது. 'மன்னிக்கணும். அப்படி தனியான பங்குப் பரிந்துரைகளைச் செய்வதில்லை' என்று சொன்னால் நம்ப மாட்டார்கள். வாழ்க்கையின் வெற்றிக்கான சூத்திரத்தினை அவர்களுக்கு மட்டும் ஒளித்து வைப்பது போலக் கருதுவார்கள். உண்மை அதுவல்ல.

பங்குச்சந்தை என்றில்லை. எந்த வகையான முதலீடாக இருந்தாலும் அதன் சாதக பாதகங்களை அலசி ஆராய்ந்து அதன் பிறகு சுயமாக முடிவெடுத்து அதில் முதலீடு செய்யவேண்டும். அதுவே முறையானது. வேறு ஒருவரின் பரிந்துரையின் பேரில் எடுக்கும் முடிவுகள் வெற்றியடைந்தால் மகிழ்ச்சி. மாறாக தோல்வியில் முடிவடைந்தால்?

பங்குகளைப் பரிந்துரைக்காமல் போவதற்குக் காரணம் அது மட்டுமல்ல. பொதுவாக எந்த ஒரு விளையாட்டாக இருந்தாலும் அதில் நல்ல பிளேயர் ஆவதற்கு முதல் படி அந்த விளையாட்டின் விதிமுறைகளை அறிந்துகொள்வது. இரண்டாவது விளையாட்டின் சூட்சுமங்களை, ஆட்ட நுணுக்கங்களைக் கற்பது. மூன்றாவது அந்த நுணுக்கங்களைக் கடைபிடித்து ஆடுவதுடன், தனக்கென தனியான ஸ்டைல் ஒன்றை

உருவாக்கிக் கொள்வதும் ஆகும். அப்படிப்பட்டவர்களே நல்ல ஆட்டக்காரர்களாகப் பரிணமித்திருக்கிறார்கள்.

பண விவகாரத்திலும் அவ்வாறே ஒவ்வொருவரும் தமக்கான பாதையொன்றை வகுத்துக்கொள்ளவேண்டும். என்ன ஷேர் வாங்கலாம் எனக் கேட்பது கிரிக்கெட்டின் விதிமுறைகள் எதையுமே தெரிந்துகொள்ளாமல் அடுத்த பந்தில் ஹெலிகாப்டர் ஷாட் அடிப்பது எப்படியென்று கேட்பதற்கு நிகரானது.

தோனி ஹெலிகாப்டர் ஷாட் அடிக்கிற மாதிரியே நாமும் அடிக்க முடியாது. நமது பலவீனம் என்னவென்று தெரியாமல் அவரைப் போலவே முயன்று கிளீன் போல்ட் ஆகலாம். அதற்குத்தான் விதிமுறைகளை முதலில் தெரிந்துகொள்வது அவசியமாகிறது. தோனி சிக்ஸர் அடிக்கிற பந்தில் நாம் ஒரு ரன் கூட எடுக்காவிட்டாலும் பரவாயில்லை. ஆனால் அவுட் ஆகாமல் விக்கெட்டைக் காப்பாற்றவேண்டும்.

உங்கள் திறமைக்கும் பொறுமைக்கும் இலக்குக்கும் ஏற்ற வகையில் சரியான பந்தைத் தேர்ந்தெடுத்து விளையாடுவதில் ஒரு பேட்ஸ்மேனாக உங்களது வெற்றி நிர்ணயிக்கப்படும். எந்த ஷேரை வாங்குவது, செவன் டேஸ்-இல் ஷேர் மார்க்கெட்டில் பணம் சம்பாதிப்பது எப்படி, நிறுவனங்களைத் தேர்ந் தெடுப்பதற்கான ரெடிமேட் டெம்ப்ளேட் என நாம் ஏமாறு வதற்கு ஏராளமான வாய்ப்புகள் உள்ளன.

எல்லாச் சமயலறைக்கும் பொருந்துகிற சமையல் குறிப்பு என உலகில் ஏதுமில்லை. உங்கள் சமையலறையில் உள்ள காய்கறிகளும் மளிகைப் பொருட்களும் சமையலுக்கான உங்கள் நேரமும் ஆர்வமுமே நீங்கள் என்ன சமைக்கவேண்டும் என்பதைத் தீர்மானிக்கும். தொலைக்காட்சி நிகழ்ச்சியில் வரும் விஐபி என்ன சமைக்கிறார் என்பதல்ல.

வாழ்க்கையின் அனைத்துச் சிக்கலான பிரச்னைகளுக்கும் சூழ்நிலைகளுக்கும் பொதுவான தீர்வு இருக்குமென்று நம்புவதும், அந்தத் தீர்வினைத் தேடுவதும் வீண் முயற்சி. உலகின் ஆணும் பெண்ணும் பல்லாயிரம் ஆண்டுகளாகக் காதலித்து வந்தாலும் ஆண் பெண்ணையும், பெண் ஆணையும் புரிந்து கொள்வது இன்றைக்கும் சவாலாக இருக்கிறது. ஒவ்வொரு ஜோடியும் ஒவ்வொரு சிக்கலும் தனித்துவமானது.

நாம் சந்திக்கிற சூழ்நிலைக்குத் தனித்துவமான தீர்வு நம்மிடமே பிறப்பெடுக்கும். ஊருக்கே போதனை செய்கிற பெரிய மனிதர் பயணிக்கும் கார் கடக்க முடியாத குறுக்குச் சந்தில் நமது சைக்கிள் இலகுவாகப் புகுந்து வெளியேறிவிடும். அதற்கு குறுக்குச் சந்து இருக்கிற விஷயம் நமக்குத் தெரிந்திருப்பதும், நமது சைக்கிள் மீதான நம்பிக்கையும் முக்கியம்.

'பணம் பத்திரம்' என்ற இந்தப் புத்தகத்தின் தலைப்பை வைத்து இது நிதி மோசடிகளைப் பற்றிய புத்தகம் என சிலர் நினைத்திருக்கக்கூடும். ஆனால் அது நோக்கமல்ல. நமது பணத்துக்கான ஆபத்து புறக் காரணிகளால் உருவாகிறதா அல்லது அகக் காரணிகளால் உருவாகிறதா என ஆராய முற்பட்டால் 'பணம் பத்திரம்' என்ற பதம் உள்ளிருந்து உணரப்படவேண்டிய விஷயம் என்பதை ஏற்றுக்கொள்வதில் சிரமமிருக்காது.

பொதுவாகவே நாம் அனைவருக்கும் பணம் பிடிக்கும். ஆனால் பணத்தைப் பற்றிப் பேசுவது பிடிக்காது. அதிலும் குறிப்பாக பணம் தொடர்பான உண்மைகளைப் பேசுவது பிடிக்காது. அது பல நேரங்களில் அலுப்பூட்டக்கூடிய விஷயமாக இருக்கிறது. ஆயினும் அது குறித்தான உரையாடல்கள், ஆழமான விவாதங்கள் குடும்பங்களில் நிகழவேண்டும். குழந்தைகளுக்குப் பணம் குறித்த விழிப்புணர்வை உருவாக்கவேண்டும். அதைச் செய்ய வேண்டுமானால் முதலில் பெற்றோர்களுக்குத் தெளிவான புரிதல் வேண்டும்.

பணத்தைப் பத்திரமாகப் பெருக்குவதற்கான பயணம் முடிவில்லாத ஒன்று. Money is an exiciting thing! பணத்தைப் பற்றி தெளிவான புரிதலோடு ஆழமாகப் படிக்க ஆரம்பித்தால் அது மிகவும் சுவாரசியமூட்டக்கூடிய ஒன்றாக மாறிவிடும். அதற்கு இந்நூல் ஏதேனும் ஒரு வகையில் தூண்டுதலாக அமைந்தால் மகிழ்ச்சி.

<hr>